இனிய இணைய தள நூலகம்

AF741527

முனைவர். ப.பாலசுப்பிரமணியன்
M.A., M.B.A., M.C.A., M.L.I.Sc., M.Phil., Ph.D
நூலகர்
மனோன்மணியம் சுந்தரனார் பல்கலைக்கழகம்
திருநெல்வேலி - 627012

சங்கர் பதிப்பகம்
15/21, டீச்சர்ஸ் கில்டு காலனி,
2வது தெரு, இராஜாஜி நகர் விரிவு,
வில்லிவாக்கம், சென்னை - 600 049
தொலைபேசி : 044 - 2650 2086 / 9444191256
email : shankar_pathippagam@yahoo.com
web : www.shankarpathippagam.in
www.bookthagam.com

இனிய இணையதள நூலகம் / Iniya Inayathala Noolagam

முனைவர். ப. பாலசுப்ரமணியன் / Munaivar Pa.Balasubramanian

பதிப்பு	:	2018
விலை	₹	110/--
மொத்த பக்கங்கள்	:	120
வெளியிட்டோர்	:	சங்கர் பதிப்பகம், 15/21, டீச்சர்ஸ் கில்டு காலனி, 2வது தெரு, இராஜாஜி நகர் விரிவு வில்லிவாக்கம், சென்னை-600 049 தொலைபேசி : 044 - 2650 2086 / 9444191256
ISBN No.	:	978-93-87655-58-4
ஒளி அச்சு	:	பாலா கிராஃபிக்ஸ்
முன் அட்டை	:	பழனி & லதா
அச்சிட்டோர்	:	எம்.கே.கிராபிக்ஸ், சென்னை - 600 021

என்னுரை

இந்தியா விஞ்ஞான வளர்ச்சியில் வளர்ந்த நாடுகளைவிட வளரும் நாடுகள் வரிசையில் வளர்ச்சியடைந்து வருகின்றது. அதனைப் போன்று கல்வித்துறையிலும், தகவல் தொழில் நுட்பத் துறையிலும், நூலகத் துறையிலும் வல்லரசு நாடுகளுக்கு இணையாகப் போட்டி போட்டு முன்னேற்றம் அடைந்து வருகின்றது.

நான் கடந்த காலங்களில் மலேசியா மற்றும் இலங்கை முதலிய நாடுகளுக்கு நூலகத்துறை சார்ந்த கருத்தரங்குக்குச் சென்றபோது, அங்குள்ள பல்கலைக்கழகத்தில் நூலகத்துறை வளர்ச்சியை எண்ணிப் பார்க்கும்போது நாமும் அவர்களுக்கு இணையாகத்தான் இங்கு உள்ளோம் என்று எண்ணத் தோன்றுகிறது.

நூலகத்துறையில் என்னுடைய ஆய்வு மாணவ, மாணவியர்களிடம் நான் கலந்துரையாடிய பொழுது மேலும் ஓர் நூல் எழுத வேண்டும் என்ற எண்ணம் என்னுள் எழுந்தது. அந்த எண்ணத்தின் வெளிப்பாடே இந்நூல்.

இந்நூலினை எழுதத் தூண்டி இதனைப் புத்தகமாக்கி உங்கள் கையில் கிடைக்கின்ற வகையில் என்னை ஊக்கப்படுத்திய சங்கர் பதிப்பக உரிமையாளர் கோமதிநாயகம் அவர்களுக்கு என்னுடைய முதற்கண் நன்றியைத் தெரிவித்துக் கொள்கின்றேன்.

என்னுடைய எழுத்துப் பணிக்கு ஆக்கமும் ஊக்கமும் கொடுத்து என்னை ஊக்குவிக்கும் மாணவர்களின் நலன், ஆசிரியர்களின் நலன், அலுவலர்களின் நலன், பல்கலைக் கழக வளர்ச்சிக்கு முக்கியத்துவம் கொடுக்கும் மாண்புமிகு துணைவேந்தர் முனைவர் கா. பிச்சுமணி அவர்களுக்கும் மற்றும் நவீன நூலகத்துறையை மேம்படுத்த ஆலோசனை வழங்கும் பல்கலைக்கழகப் பதிவாளர் முனைவர். S. சந்தோஷ் பாபு அவர்களுக்கும், எங்கள் பல்கலைக் கழகத்தில் தேர்வுத்துறையை நவீன மயமாக்கி, நூலகத்துறையின் வளர்ச்சிக்கு உதவும் தேர்வாணையர் முனைவர் A. சுருளியாண்டி அவர்களுக்கும், என் இதயம் கனிந்த நன்றியைத் தெரிவித்துக் கொள்கிறேன்.

என்னுடைய பெற்றோர் திரு.க. பலவேசம், ப. காமாட்சி அம்மாள், என் அன்பு மனைவி திருமதி.பா. தேவி, என்னுடைய அன்பு மகள்கள் பா. பத்மா, பா. காயத்திரி, பா. ஜனனி மற்றும் என்னுடைய ஆய்வு மாணவ, மாணவியர்களுக்கும் என் உளமார்ந்த நன்றியினை உரித்தாக்குகின்றேன்.

முனைவர். ப. **பாலசுப்பிரமணியன்**

M.A., M.B.A., M.c.A., M.L.I.Sc., M.Phil., Ph.D

உள்ளே..

அறிவே
ஆயுதமாகிவிட்ட இன்னாளில்
வீட்டிற்கு ஓர்
புத்தகச்சாலை அமைத்தல்
அவசியம்

- பேரறிஞர் அண்ணா

1 நூலகம்

அறிவை வளர்க்கும் ஒப்பற்ற உயர் கோவிலைப் போன்றது நூலகம். அறிவுசார் அனைத்து நூல்களையும் நூலகங்களுக்குச் சென்றால் வாசிக்க முடியும். படித்துப் பயன்பெற முடியும்.

வரலாறு, இலக்கியம், அறிவியல், கணிதம், நாவல்கள், வார, மாத இதழ்கள், நாளிதழ்கள் என்று அனைத்துவிதமானவற்றையும் வாசித்து நுகரச் சிறந்த இடமாக விளங்குகிறது நூலகங்கள்.

கிராமப்புறங்களில் இருந்து நகர்ப்புறங்கள் வரை எங்கும் நிறைந்து காணப்படுகிறது நூலகம். தேசிய நூலகம், பொது நூலகம், நடமாடும் நூலகம் என்று பலவகையான நூலகங்கள் காணப்படுகின்றன. பள்ளி, கல்லூரிகளில் மாணவர்கள் அறிவை வளர்த்துக் கொள்வதற்காக நூலகங்கள் அமைக்கப்பட்டுள்ளன.

மொழி வளத்தைப் பெருக்கிக் கொள்வதற்கும், வாசிப்பைச் சரளமாக்கிக் கொள்வதற்கும், ஆராய்ச்சிக்குத் தேவையான குறிப்பு களைத் திரட்டிக் கொள்வதற்கும் நூலகங்கள் முக்கியப் பங்காற்றி வருகின்றன.

நூலளவே ஆகுமாம் நுண்ணறிவு

என்றார் ஔவையார்.

ஒரு மனிதனுக்கு முதுகெலும்பு எவ்வளவு அவசியமோ அந்த அளவிற்கு அறிவும் அவசியம். முதுகெலும்பு பழுதடையாது இருந்தால்தான் அவனால் ஓடியாடி வேலை செய்ய முடியும். வாழ்க்கைப் பயணத்தைத் தொய்வில்லாமல் கொண்டு செலுத்த முடியும்.

அப்படித்தான் அறிவு தொய்வின்றி வளர்ந்து கொண்டே இருந்தால்தான் வாழ்வில் முன்னேற்றப் பாதையில் அவனால் பயணித்துக் கொண்டே இருக்க முடியும். இந்தச் சமுதாயமும் அவனைப் போற்றிப் புகழும்.

தொடக்கப் பள்ளி முதல் பல்கலைக்கழகம் வரை பயிலும் மாணவர்கள், ஆசிரியர்கள், பேராசிரியர்கள் ஆகியோர் நூலகத்தை நன்றாகப் பயன்படுத்தி வருகின்றனர்.

பயன்படுத்தி வரவும் வேண்டும்.

அப்போதுதான் நூல்களை வாசித்து அறிவை வளர்த்து அற்புதமான எதிர்காலத்தைச் சிறப்பாக வாழ முடியும்.

படிப்பில் ஆழ்ந்த படிப்பு, அகன்ற படிப்பு என இருவகை உண்டு.

ஒரு மாணவன் நூலகம் சென்று பாட நூல்களோடு பிறநூல்களையும், மாத இதழ்கள், நாளிதழ்களையும் கற்று வந்தால் நிச்சயம் அவன் பல்துறை அறிவுடைய சிறந்த மாணவனாக விளங்குவான்.

வளர்ச்சி என்பது படிப்படியாக நிகழக்கூடிய ஒன்று. எடுத்த உடனேயே எவரும் மிகப் பெரிய அறிவாளியாகப் பிரகாசிக்க முடியாது.

நிலத்தில் விதைக்கப்படும் பயிர் முறையாகப் பராமரிக்கப் பட்டு வந்தால் மட்டுமே அது நல்ல முறையில் வளர்ந்து நற்பலன் தரும்.

அதேபோல மாணவர்களின் வளர்ச்சியும் சீராக அமைந்து உரிய பலன் கிடைக்க வேண்டுமாயின் அன்றாடம் நூல்களைப் படிப்பதைத் தங்கள் கடமையாகக் கருத வேண்டும்.

எனவே நூலகங்கள் கோயிலைப் போன்றது. கோயிலினுள் தெய்வம் குடிகொண்டு நமக்கு அருள்பாலிப்பதைப் போலத்தான் நூலகங்களில் புத்தகங்கள் குடியிருந்து நமக்கு அறிவுபாலிக்கின்றன என்னும் உண்மையை நாம் அனைவரும் உணரவேண்டும்.

எனவே நூலகங்களில் புத்தகங்களைத் திருடுவதோ, அவற்றில் குறிப்புகள் எழுதுவதோ, தாள்களை மடிப்பதோ, கிழிப்பதோ, எச்சில்தொட்டுப் புரட்டுவதோ தவறான செயல் என்பதைப் புரிந்து கொள்ள வேண்டும்.

எஸ்.ஆர் ரங்கநாதன் என்பவர்தான் இந்திய நூலகவியலின் தந்தை என்று போற்றப்படுகிறார். அவர் 1931ஆண்டு நூலக முறைமை ஒன்றை இயக்குவதற்கான கொள்கைகளை விளக்கி ஐந்து அம்ச விதிகளை முன்மொழிந்தார்.

1. நூல்கள் பயன்பாட்டுக்கானவை.
2. ஒவ்வொரு வாசகருக்கும் அவரது தேவைக்கான நூல்களைப் பெற்றுக் கொள்ளும் வசதி
3. ஒவ்வொரு நூலுக்கும் அதனைப் பயன்படுத்தக்கூடிய ஒருவர் அல்லது பலர் இருத்தல் வேண்டும்.
4. வாசகருடைய நேரத்தைச் சேமிக்க வேண்டும்.
5. நூலகம் ஒரு வளரும் உயிரினம் மாதிரி உள்ளார்ந்த வளர்ச்சி அவசியம்.

இதுவே நூலகத்தின் அடிப்படை விதியாக இன்று வரை அனைவராலும் கடைப்பிடிக்கப்பட்டு வருகிறது.

பொதுவாக நூலகம் என்பது பழைய நூல்கள் மட்டுமல்லாது புதிய நூல்களும் சேர்ந்த கலப்படமாகக் காட்சி தருவது. எனினும் ஒழுங்கான வரிசையமைப்பு அங்கு பேணப்படும்.

பழங்காலத்தில் மக்கள் தங்களது எண்ணங்களையும், செய்திகளையும் வெளிப்படுத்த கற்பாறைகள், களிமண் பலகைகள், மரப்பட்டைகள், தோல்கள், துணிகள், பனை ஓலை முதலியவற்றைப் பயன்படுத்தினார்கள்.

தமிழகத்தில் பெரும்பாலும் எழுதுவதற்கு ஓலைகளே

மிகுதியாகப் பயன்படுத்தப்பட்டன. ஓலைகளைப் பதப்படுத்தி எழுதத்தக்க விதமாக ஓலைச் சுவடிகளாக்கினார்கள். சுவடியில் எழுதிய பின்பு மேலும், கீழும் துண்டுப் பலகைகளை வைத்துப் பாதுகாப்பாகக் கட்டினார்கள்.

இப்படித்தான் பண்டைய காலங்களில் தங்கள் கருத்துக் களை அவர்கள் பதிவு செய்து வைத்தனர்.

அதன் பிறகு காகிதம் கண்டுபிடிக்கப்பட்டது. எனவே ஓலைச் சுவடிகள் மறைந்து எழுதவும், அச்சிடவும் காகிதத்தைப் பயன் படுத்தத் தொடங்கினர். இதன்மூலம் புத்தகங்கள் அச்சிடும் பழக்கம் ஆரம்பமானது.

எனினும் அப்போது புத்தகங்கள் புழக்கம் அதிகமாக இருக்கவில்லை. மிகக் குறைந்த அளவிலேயே அச்சிடப்பட்டு வந்தன.

அதனால் அரண்மனைகளிலும், மாளிகைகளிலும், கோவில்களிலும் பெருமை சேர்ப்பதற்காகவே நூல்கள் அடுக்கி வைக்கப்பட்டன.

அவ்வாறு அடுக்கி வைக்கப்பட்ட பழக்கமே பிற்காலத்தில் நூல்கள் படிப்பதற்கானது என்ற எண்ணம் பிறந்தது. வாசிப்புப் பழக்கம் மெல்ல மெல்லத் தோன்றியது.

தங்களின் எண்ணங்களையும், அதனால் விளைந்த அறிவையும் பகிர்ந்து கொள்ள வேண்டும் என்ற தூண்டுதல் பலருக்கும் ஏற்பட்டது.

எழுத வேண்டும் என்ற ஆர்வம் பலருக்கும் உருவாயிற்று. தங்கள் கருத்துக்களைப் பதிவு செய்ய சரியான களமாக நூல்கள் விளங்குவதாக அவர்கள் கருதினார்கள். புதிய இலக்கியங்கள், இலக்கணங்கள் போன்றவை தோன்றுவதற்குக் காரணமாகவும் இதுவே அமைந்தது.

இதனைத் தொடர்ந்து பலவகையான நூல்கள் அடங்கிய பொது நூலகங்கள் திறக்கப்பட்டன. தனி மனிதர்களிடம் நூல்கள் இருந்தால் அதன் பயன் அனைவருக்கும் கிடைக்காது என்ற காரணத்தினால்தான் பொது நூலகங்கள் அமைக்கப்பட்டன.

உலகம் முழுவதும் இவ்வாறு பொது நூலகங்கள் திறக்கப் பட்டு அனைவரும் அறிவு வளர்ச்சிப் பெற வழிவகுக்கப்பட்டது.

தனி நபர்கள் மற்றும் நிறுவனங்களால் நடத்தப்படும் நூல் நிலையங்களில் அவற்றுக்கு உரியோர் மட்டுமே பயன்படுத்த முடியும். ஆனால் பொது நூலகங்களை அனைவரும் பயன்படுத்தி அறிவு வளர்ச்சி பெற முடியும்.

இந்தியாவிலேயே தமிழக அரசுதான் 1948ஆம் ஆண்டு சென்னைப் பொது நூலகச் சட்டத்தை இயற்றி நூலகப் பணிகளைச் சீராக்க முதல் முயற்சி மேற்கொண்டது.

இலத்தீன் மொழியில் 'லிப்ரா' என்று அழைக்கப்படும் நூலகங்கள் ஆங்கில மொழியில் 'லைப்ரரி' என்றானது.

தமிழில் புத்தகச்சாலை, வாசிப்புச்சாலை, வாசக சாலை, நூல் நிலையம், படிப்பகம் என்று பல பெயர்களால் அழைக்கப் படுகிறது.

தமிழ் மொழி பிற மொழிகளைக் காட்டிலும் அதிகச் சிறப்பு வாய்ந்தது. எப்படியென்றால் பிற மொழிகளில் ஒரு பொருளுக்கு ஒரு பெயர் மட்டுமே இருக்கும். ஆனால் தமிழில் மட்டுமே பல பெயர்கள் இருக்கும். அப்படித்தான் நூலகத்திற்கும் பல பெயர்கள் உள்ளன.

'கோயில் இல்லா ஊரில் குடியிருக்க வேண்டாம்' என்பார்கள். அப்படித்தான் 'நூலகம் இல்லா ஊரில் குடியிருக்க வேண்டாம்' என்பது அறிவுடையோரின் கருத்து.

'ஆறில்லா ஊருக்கு அழகு பாழ்' என்பது பழமொழி. அதுபோல 'நூலகமில்லா ஊருக்கு அறிவு பாழ்' என்னும் புது மொழியும் உண்டு.

கல்விக்கூடம் என்பது பாட நூல்களை அடிப்படையாகக் கொண்டு அறிவை விதைக்கும் அற்புதமான களம் என்று சொல்லலாம்.

ஆனால் நூலகம் என்பது அந்த அறிவை வளர்த்துச் செழுமைப்படுத்தும் மற்றொரு சிறப்பான களம் என்பதே உண்மை.

எனவே கல்விக்கூடங்களும், நூலகங்களும் இணைபிரியாமல் இருப்பவை. ஒன்றுக்கொன்று நல்லுறவுடன் சிறந்தோங்கி நிற்பவை. ஒன்றையொன்று பிரிக்க முடியாதவை.

பாபிலோனியாவில் நிப்பூர் என்ற ஊரில் கி.மு. 2000 ஆண்டுக்கு முந்தைய களிமண் பலகைகள் கண்டெடுக்கப் பட்டன. சுமார் 2 ஆயிரத்து 500 களிமண் பலகைகளில் எழுதப் பட்ட நூல்களின் தொகுப்பாக அது காணப்பட்டது.

அப்படியென்றால் கருத்துக்களை எழுத்துக்களாகப் பதிவு செய்து, பாதுகாத்து, அறிவை வளர்த்துக் கொள்வது அவசியம் என்ற அடிப்படை அறிவு 4 ஆயிரம் ஆண்டுகளுக்கு முன்பே மனிதனுக்கு இருந்திருக்கிறது.

அதுவே வளர்ந்து வளர்ந்து நூலகமாக மாறி, இன்று இணைய நூலகமாக உருவெடுத்து நிற்கிறது. இதன் வளர்ச்சி இன்னும் அதிகரித்துக் கொண்டே போய், தொழில்நுட்ப வளர்ச்சிக்கு ஏற்ப வேறு வேறு பரிமாணங்களாக மாறலாம். ஆனாலும் புத்தகங்களை வாசித்தல் என்கிற அடிப்படை இலக்கணம் இருந்துகொண்டேதான் இருக்கும்.

தமிழகத்தில் நூலகங்களின் ஆதிக்கம் வளர்ந்து கொண்டே இருப்பது மகிழ்ச்சிதரக் கூடியது.

தஞ்சாவூரில் உள்ள சரஸ்வதி மகால் நூலகம் 1820ஆம் ஆண்டு தோற்றம் பெற்றது. இதுவே பழமையான நூலகமாக அறியப்படுகிறது.

அடுத்து 1869ஆம் ஆண்டில் தொடங்கப்பட்ட அரசினர் கீழ்த்திசைச் சுவடி நூலகத்தைக் குறிப்பிடலாம்.

பின்னர் அதே ஆண்டில்தான் கன்னிமாரா நூலகம் சென்னையில் தொடங்கப்பட்டது.

1907ஆம் ஆண்டு சென்னைப் பல்கலைக்கழக நூலகம் தொடங்கியது.

சிதம்பரத்தில் அண்ணாமலைப் பல்கலைக்கழக நூலகம் 1929ஆம் ஆண்டும், சென்னையில் டாக்டர் உ.வே.சா. நூலகம் 1947ஆம் ஆண்டும், சென்னை மறைமலை அடிகளார் நூலகம் 1958ஆம் ஆண்டும் தொடங்கப்பட்டன.

மதுரை காமராசர் பல்கலைக்கழக நூலகம் 1966ஆம் ஆண்டும், உலகத் தமிழ் ஆராய்ச்சி நூலகம் 1970ஆம் ஆண்டும், தஞ்சைத் தமிழ்ப் பல்கலைக்கழக நூலகம் 1981ஆம் ஆண்டும் தொடங்கப்பட்டன.

2010ஆம் ஆண்டு ஆசியாவிலேயே இரண்டாவது பெரிய நூலகமான அண்ணா நூற்றாண்டு நூலகம் சென்னை கோட்டூர்புரத்தில் அப்போதைய தமிழக முதல்வர் கலைஞர் மு. கருணாநிதியால் தொடங்கிவைக்கப்பட்டது.

இவ்வாறு ஏராளமான நூலகங்கள் அமைக்கப்படுவதால் பொருளாதாரத்தில் மிகவும் பின்தங்கிய நிலையில் உள்ள மாணவர்கள் அதிக விலையுள்ள நூல்களைச் செலவே இல்லாமல் படித்துப் பயன்பெற முடிகிறது.

நூல்களை வீட்டிற்கு எடுத்துச் சென்று படிக்கும் வசதியும் இந்த நூலகங்களில் உள்ளது.

நூலகங்களிலேயே அமர்ந்து குறிப்புகள் எடுத்துக்கொள்ள ஆய்வு மாணவர்களுக்குப் பலன்தருகிறது.

இவ்வாறு நூலகங்கள் அநேக விதங்களில் பயனுள்ளதாக இருக்கிறது. அறிவை மேலும் மேலும் வளர்த்துக்கொள்ள உதவுகிறது. வயது வித்தியாசம் இல்லாமல் அனைவருக்கும் பயனளிக்கிறது.

2 நூலகப் பயன்பாடு

நூல்கள் பலவற்றைத் திரட்டித் தொகுத்து வைக்கப் பட்டுள்ள இடம் நூலகம் என்று அழைக்கப்படுகிறது. இத்தகைய நூலகம் இரண்டு வகைப்படும்.

1) பொது நூலகம்

2) பள்ளி நூலகம்.

இவை தவிர கல்லூரி நூலகம், பல்கலைக்கழக நூலகம், ஆய்வு நூலகம், சிறப்பு நூலகம், தேசிய நூலகம், வீட்டு நூலகம், தனியார் நூலகம் என்றும் இருக்கின்றன.

பள்ளி நூலகம் என்பது பாட நூல்களைப் படித்து அறிவை மாணவர்கள் வளர்த்துக் கொள்வதோடு மட்டுமன்றி அவர்களின் அறிவையும், ஆற்றலையும், பண்பையும் மேலும் சிறந்தோங்கச் செய்வதாகும்.

நன்னெறிக் கதைகள், கவிதைகள், குழந்தைப் பாடல்கள், வேடிக்கை, வினோத நகைச்சுவைக் கதைப் புத்தகங்கள், ஆன்மிகம், வரலாறு, ஆய்வு போன்ற நூல்கள், சான்றோர், அறிவியலாளர்கள், சமுதாயச் சீர்திருத்தவாதிகளின் வாழ்க்கை வரலாற்று நூல்கள், அகராதிகள், நிகண்டுகள், கலைக்களஞ்சியங்கள், பல்வேறு செய்தித்தாள்கள், பருவ வெளியீடுகள், கலை, இலக்கிய நூல்கள், இதழ்கள், விளையாட்டுத் தொடர்பான இதழ்கள் மற்றும் நூல்கள், மொழிபெயர்ப்பு நூல்கள், செய்தித் தொகுப்புகள், கையேடுகள், வினா விடை நூல்கள், சட்ட விதிகள், சட்டமன்ற நடவடிக்கை அறிக்கைகள் போன்றவை பள்ளி நூலகத்தில் இடம்பெற்றிருக்கும். அல்லது இடம் பெற்றிருக்க வேண்டும்.

பள்ளி மாணவர்கள், தாம் பாடநூலில் கற்றவற்றின் தொடர்பான பிற செய்திகளை அறிந்துகொள்ள பள்ளி நூலகம் பயன்படுகிறது.

மாணவர்களுக்கு விரிவாக விளக்கிச் சொல்ல வேண்டிய தகவல்களின் விளக்கம், நுட்பம் ஆகியவற்றைப் பெறுவதற்குப் பள்ளி ஆசிரியர்கள் பள்ளி நூலகத்தைப் பயன்படுத்திக் கொள்ள முடிகிறது.

நூலகத்தை மாணவர்கள் பெரிதும் பயன்படுத்துவதன் மூலம் கல்வி, பலவகைத் திறன்கள், கலை, இலக்கியம், பண்பாடு, அறிவியல், சமுதாயம், ஆன்மிகம், அரசியல், இயல், இசை, நாடகம், விளையாட்டு முதலானவை பற்றிய அன்றாட அறிவை வளர்த்துக் கொள்ள முடிகிறது.

நூலகத்தை 'தகவல் மையம்' என்றும் கூறுவார்கள். பல்வேறு தகவல்களையும் ஒரே இடத்தில் படித்து அறிந்து கொள்ள மாணவர்களுக்கு இது வழிவகுக்கிறது.

'நூல் என்பது ஆபத்து இல்லாத ஒரு நல்ல நண்பன்' என்பார்கள்.

அதற்கேற்ப சிறந்த நண்பனாகத் திகழும் நூல்களைத் தேடிப்பிடித்து நட்பை மாணவர்களால் நூலகத்தில்தான் வளர்த்துக் கொள்ள முடிகிறது.

பயனுள்ள முறையில் பொழுதுபோக்கச் சிறந்த இடமாக விளங்குகிறது பள்ளி நூலகங்கள்.

'மாந்தர் மனக் கோட்டம் தீர்ப்பது நூல்' என்பார்கள். அதன்படி கேடு சூழ்ந்த உள்ளங்களைச் சீர்படுத்திச் செம்மை

பெறச் செய்வது நூல்கள். அப்பேற்பட்ட நூல்களின் தொகுப்புக் களஞ்சியமாகத் திகழ்வது நூலகம்.

ஆக நூலகத்தை 'அறிவாலயம்' என்றும் அழைக்கலாம்.

மனிதரெலாம் அன்பு நெறி காண்பதற்கும்
மனோபாவம் வானைப் போல் விரிவடைந்து
தனி மனிதத் தத்துவமாம் இருளைப் போக்கிச்
சக மக்கள் ஒன்றென்ப துணர்வதற்கும்
இனி தினி தாய் எழுந்த உயர் எண்ண மெல்லாம்
இலகுவது புலவர் தரு சுவடிச் சாலை!
புனித முற்று மக்கள் புது வாழ்வு வேண்டில்
புத்தக சாலை வேண்டும் நாட்டில் யாண்டும்

என்றும் முழங்கியுள்ளார் பாவேந்தர் பாரதிதாசன்.

அதற்கேற்ப மாணவர்களை அன்பு உள்ளமாகவும், பரந்த உள்ளமாகவும், பகுத்தறிவு பெற்ற உள்ளமாகவும், பக்குவமடைந்த உள்ளமாகவும், தன்னலம் தகர்த்த உள்ளமாகவும், பொதுநலம் பொங்கிவழியும் உள்ளமாகவும், சமத்துவத்தைப் போற்றிப் பாதுகாக்கும் உள்ளமாகவும் திகழச் செய்கிறது பள்ளி நூலகம்.

கிணற்றுத் தவளையாக இல்லாமல் உலகைக் காட்டும் கண்ணாடியாக விளங்குகிறது பள்ளி நூலகம்.

பொதுவாகப் பள்ளி நூலகத்தில், பொது நூல்கள் பிரிவு, மேற்கோள் நூல்கள் பிரிவு, வகுப்பு நூல்கள் பிரிவு என மூன்று பிரிவுகள் இருக்கும்.

பொது நூலகத்தில் அனைத்து வகுப்பு மாணவர்கள், ஆசிரியர்கள், பணியாளர்கள் பயன்படுத்தக்கூடிய பல நூல்கள் இடம்பெற்றிருக்கும்.

மேற்கோள் நூலகத்தில் பொது அகராதிகள், கலைச்சொல் அகராதிகள், கலைக் களஞ்சியங்கள், வாழ்க்கை வரலாற்று நூல்கள், சங்க இலக்கியங்கள், இலக்கண நூல்கள், புராணங்கள், நிகண்டுகள் ஆகியவை இடம்பெற்றிருக்கும்.

வகுப்பு நூலகத்தில் ஒவ்வொரு வகுப்பிற்குமான படக் கதைகள், கதைகள், குழந்தைப் பாடல்கள், அறிவியல் நூல்கள், பாட நூல்களோடு தொடர்புடைய விளக்க நூல்கள் போன்ற இன்ன பிறவும் இடம்பெற்றிருக்கும்.

இவை இருப்புப் பதிவேட்டில் பதிவுசெய்து வைக்கப் பட்டிருக்கும். வழங்கு பதிவேடுகள் தயார் செய்து மாணவர்கள் எளிதில் புத்தங்களைப் பெறவும், உரிய நாளில் திருப்பிச் செலுத்தவும் ஏற்ற வசதிகள் செய்துதரப்பட்டிருக்கும். இந்தப் பணிகளுக்காகப் பள்ளி நூலகர் ஒருவர் பணிபுரிவார்.

பள்ளி நூலகத்தில் இடம்பெறும் நூல்களைத் தேர்ந்தெடுக்க, மாணவர்கள் உள்ளிட்ட ஆசிரியர் குழு ஒன்று ஏற்படுத்தப் பட்டிருக்கும். அக்குழுவின் மூலம் பள்ளி நூலகத்திற்குத் தேவையான நூல்கள் வாங்கப்படும். ஒவ்வொரு நூலிலும் இரண்டு முதல் ஐந்து படிகள் வரை வாங்கப்படுவது வாடிக்கை.

பாட அட்டவணையில் நூல்நிலையப் படிப்புக்கு வாரம் ஒரு பாட வேளையாவது ஒதுக்கீடு செய்யவேண்டும். ஆனால் நடைமுறையில் இது அரிதாகவே காணப்படுகிறது.

ஒவ்வொரு பாட ஆசிரியரும் மாணவர்களிடம் பன்னூல்கள் படிப்பதன் அவசியத்தை வலியுறுத்த வேண்டும். மேலும் பாடத்தோடு தொடர்புடைய தகவல்களைத் திரட்ட, நூலகத்தைப் பயன்படுத்திக்கொள்வதன் அவசியத்தை மாணவர்களுக்கு அறிவுறுத்தவும் செய்வார்கள்.

நூலகங்களில் அன்றாட நடப்புச் செய்திகளை வாசகர்கள் படித்துத் தெரிந்து கொள்வதற்காக செய்தித்தாள்கள் இருப்பது

உண்டு. அதேபோல மாணவர்களுக்காக கல்விச் செய்தித்தாள்கள், வார மற்றும் மாத இதழ்கள் போன்றவையும் இடம்பெறுகின்றன.

சுவாசித்தலைப் போலவே வாசித்தலும் முக்கியமானது. படித்தல் என்பது மனிதனின் அறிவுத் திறனை மேம்படச் செய்யும் அற்புதமான மந்திரக்கோல். அதிலும் 'வாய்க்குள் படித்தல்' என்பது மாணவப் பருவத்திலேயே வளர்த்துக் கொள்ள வேண்டிய அற்புதப் பயிற்சி.

இத்தகைய பயிற்சியை மாணவர்களுக்கு வழங்குவது நூலகம் மட்டுமே. எனவேதான் பள்ளிகளில் படிப்பு மட்டுமல்லாமல் பள்ளி நூலகமும் சிறப்பான இடத்தைப் பெறுகின்றது.

பள்ளிப் பாடத்திட்டதிற்கு உறுதுணையாக இருப்பதோடு வினாவிற்கு விடை அளிக்கும் ஆசிரியராகவும் இருக்கிறது பள்ளி நூலகம். மேலும், பலதரப்பட்ட பாடங்களில் மிகவும் தேர்வான நூல்களைத் தன்வசம் கொண்டிருக்கிறது.

வாசிப்பு என்பது நம் மனதை ஒருமுகப்படுத்தி நினைவுத் திறனை அதிகரிக்கும். கற்பனையையும் அறிவின் மேதாவித்தனத் தையும் செழுமை செய்யும். புதிய புதிய அம்சங்களைத் தந்து கொண்டே இருக்கும்.

ஆகவே, வாசிப்பது என்பது சிறுகதையல்ல, அது ஒரு நெடுங்கதை.

பொது நூலகத்தைப் பொருத்தமட்டில் கலைக்களஞ்சியங் கள், சங்ககால இலக்கியங்கள் இடைக்கால இலக்கியங்கள், இக்கால இலக்கியங்கள், நிகண்டுகள், இலக்கண நூல்கள் உள்ளிட்ட பல நூல்கள் இடம்பெற்றிருக்கும்.

அத்துடன் சிறந்த நாளேடுகள், வார, மாத, காலாண்டு, பருவ இதழ்கள், விளையாட்டுத்துறை வெளியீடுகள், அரசிதழ்கள் போன்ற அனைத்தும் இடம்பெற்றிருக்கும்.

அங்கு மாணவர்கள் மட்டுமல்லாமல் அனைத்துத் தரப்பின ரும் வந்து படித்து தங்கள் அறிவைப் பெருக்கிக் கொள்ள முடிகிறது.

3 இணையதளம்

இணையம் என்றால் இணைப்பு என்று பொருள். உலகில் உள்ள மனித சமூகம் முழுவதையும் ஒருவருக்கொருவர் இணைக்கும் அற்புத நிலை.

அவ்வாறு இணைக்கும் தளமாக இருப்பது தான் இணையதளம் என்றாகியது.

ஆங்கிலத்தில் 'இன்டர்நெட்.'

உலக அளவில் இணைக்கப்பட்ட பல கம்ப்யூட்டர்களை நாம் இணையம் அல்லது இன்டர்நெட் என்கிறோம்.

இன்டர்நெட்டாகிய இணையதளம் சில ஆண்டுகளுக்கு முன்பு நமக்கெல்லாம் பரிச்சயம்

இல்லாத ஒன்றாகவே இருந்தது. படித்த, பணக்காரர்களின் உடைமை என்கிற ரீதியில்தான் அது அமைந்திருந்தது. பாமரர்களாகிய நம்மில் பலரும் அதைவிட்டு வெகு தொலைவில் இருந்தோம்.

இன்னும் சொல்வதாக இருந்தால் பாமரர்களாகிய நாம் இணையதள சேவையின் அருகில்கூடப் போக முடியாதவர்களாக தீண்டத்தகாதவர்களாகத்தான் இருந்தோம்.

ஆனால் காலமாற்றம், எப்படி நாட்டில் தீண்டாமையை அகற்றிவிட்டதோ, அதேபோல இணையத்தை நெருங்க முடியாமல் இருந்த தீண்டாமையும் அகன்றுவிட்டது.

இணையத்தின் தேவையும், பயன்பாடும் நாளுக்குநாள் அதிகரித்துக் கொண்டே இருக்கிறது. பயன்படுத்துவோர் எண்ணிக்கையும் பெட்ரோல் விலையைக் காட்டிலும் ஜெட் வேகத்தில் அதிகமாகிக் கொண்டே போகிறது.

இத்தகைய அசுர மாற்றத்திற்குக் காரணம் ஆண்ட்ராய்டு செல்பேசிதான் என்றால் அதை மறுக்கவே முடியாது.

தொலைத் தகவல் தொடர்பு மற்றும் தகவல் தொழில் நுட்பத்தில் ஏற்பட்டுவரும் அசுர வளர்ச்சியின் காரணமாகவே நெட்வொர்க் தொழில்நுட்பத்திலும் பெரிய அளவில் முன்னேற்றம் ஏற்பட்டு வருகிறது.

சிறு குறு வணிக நிறுவனங்களிலும் கம்ப்யூட்டர் கட்டாயம் என்னும் நிலை உருவாகிவிட்டது.

உலகம் முழுவதும் விரிந்து பரவிக் கிடக்கும் 'வைடு ஏரியா நெட்வொர்க்' (Wide Area Network) ஆனது, சிறிய வளாகத்திற்குள் இயங்கும் 'லோக்கல் ஏரியா நெட்வொர்க்' (Local Area Network) வரை பெரு வளர்ச்சி அடைந்துவிட்டது.

சொந்தப் பயன்பாட்டிற்காக வைத்திருக்கும் கம்ப்யூட்டர் மற்றும் செல்பேசியைக்கூட நினைத்த மாத்திரத்தில் நெட்வொர்க்கில் இணைத்துக் கொண்டு செயல்பட முடியும் என்ற அளவிற்கு தொழில்நுட்பம் உயரே உயரே பறந்து கொண்டிருக்கிறது.

அதிலும் தற்போது இணையதளத் தொடர்பு இல்லாமலும் இணையத்தில் சில குறிப்பிட்ட செயல்களைச் செய்ய முடியும் என்கிற அளவிற்கு நிலைமை வளர்ந்து நிற்கிறது.

கம்ப்யூட்டர் நெர்வொர்க்

இவ்வாறு கம்ப்யூட்டர் நெட்வொர்க் ஒரு புதிய பரிமாணத்தை எட்டியுள்ளது.

புதிய கண்டுபிடிப்புகள் எப்போது நிகழ்கின்றன?

மனிதனுக்கு அவன் வாழ்க்கையின் மீது பயம் ஏற்படும்போது அச்சத்தின் காரணமாகவும், பாதுகாப்பைத் தேடியும் கண்டு பிடிப்புகள் அவனுக்கு அவசியமாகிறது.

1957ஆம் ஆண்டு ஒன்றுபட்ட சோவியத் யூனியன் ஸ்புட்னிக் என்னும் ஆளில்லாத செயற்கைக் கோளை விண்ணில் ஏவி விந்தை புரிந்தது.

இது அமெரிக்காவை அதிர்ச்சிக்குள்ளாக்கியது.

அன்றைய காலக்கட்டத்தில் அமெரிக்காவின் முக்கிய எதிரியாக விளங்கியது சோவியத் யூனியன்.

இந்த ஏவுகணை தமக்கு எதிரான இராணுவ நடவடிக்கையாக இருக்கலாம் என்ற அச்ச உணர்வு தோன்றவே, உடனடியாக ஓர் ஆராய்ச்சி அமைப்பை உருவாக்க உத்தர விட்டார் அப்போதைய அமெரிக்க அதிபர் ஐசன்ஹோவர்.

அவ்வாறு தொடங்கப்பட்டது 'ஆர்ப்பா' என்னும் அமைப்பு.

சோவியத்திற்குப் போட்டியாக 1958ஆம் ஆண்டிலேயே 'எக்ஸ்ப்ளோரர்' என்னும் விண்கலம் ஒன்றை விண்ணில் வெற்றி கரமாகச் செலுத்தியது ஆர்ப்பா.

அதேசமயத்தில் மற்றொரு புதிய தொழில்நுட்பத்திலும் கால் பதித்தது அமெரிக்கா.

அது, அமெரிக்க இராணுவத்தின் பாதுகாப்புத் துறையில் தகவல் தொடர்புக்காகக் கம்ப்யூட்டரைப் பயன்படுத்தும் புதிய முயற்சியை மேற்கொண்டது. கம்ப்யூட்டர் பயன்பாட்டை மேம் படுத்தும் பணி ஆர்ப்பாவிடம் ஒப்படைக்கப்பட்டது.

1962ஆம் ஆண்டில் இதற்கான பணி டாக்டர் ஜே.சி.ஆர். லிக்லைடர் என்பவர் தலைமையில் தொடங்கியது.

கம்ப்யூட்டர் நெட்வொர்க் மற்றும் கம்ப்யூட்டர் வழியாகத் தகவல் பரிமாற்றம் போன்றவற்றில் தீவிர கவனம் செலுத்தியது ஆர்ப்பா. எதிரிகளின் பலத்த குண்டுவீச்சில்கூடப் பழுதின்றிச் செயல்படுகிற மாதிரியாக நெட்வொர்க்கை அமைப்பதில் ஆர்ப்பா தீவிரமாக ஈடுபட்டது.

இதனையடுத்து 1965ஆம் ஆண்டு அதற்கான ஒரு மாதிரிக் கட்டமைப்பு வெளியிடப்பட்டது.

1968ஆம் ஆண்டு இங்கிலாந்து நாட்டின் தேசிய இயற்பியல் ஆய்வுக்கூடம் இதேபோன்ற நெட்வொர்க் மாதிரியைச் சோதனை முறையில் செயல்படுத்திக் காட்டியது.

1969ஆம் ஆண்டு ஆர்ப்பாவின் முயற்சி ஓரளவுக்கு வெற்றி பெற்றது. அமெரிக்காவின் நான்கு மாநிலங்களில் இராணுவப் பயன்பாட்டுக்காக 'ஆர்ப்பாநெட்' என்னும் பெயரில் கம்ப்யூட்டர் நெட்வொர்க் நிறுவப்பட்டது.

இதுவே நெட்வொர்க்கின் முன்னோடியாக அமைந்தது. இதை மையமாக வைத்து பாஸ்டனில் எம்ஐடி மாணவர் லியோனார்டு கிளெய்ங்கராக் என்பவர் இரு கம்ப்யூட்டர்களுக்கு இடையே முதல் தகவல் பரிமாற்றத்தை நடத்திக் காட்டினார்.

இவர்தான் 'இணையத்தின் தந்தை' (Father of Internet) என்று போற்றப்படுகிறார்.

பின்னர் 1972ஆம் ஆண்டுவாக்கில் ஆர்ப்பாநெட்டில் சேமித்து வைக்கப்பட்டிருக்கும் தகவல்களை அமெரிக்காவின்

எந்த மூலையில் இருந்தும் கம்ப்யூட்டர் தொடர்பு மூலமாகப் பெற முடியும் என்று நிரூபித்துக் காட்டப்பட்டது.

இதுவே பல்கலைக் கழகங்கள், அறிவியல் ஆய்வகங்கள், வெவ்வேறு அரசு மற்றும் தனியார் துறைகள் தங்கள் நெட்வொர்கை ஆர்ப்பாநெட்டில் இணைத்துக் கொள்ள ஆரம்பித்தன.

தொடர்ந்து அமெரிக்காவில் மிகவும் சக்திவாய்ந்த கம்ப்யூட்டர்களையும் கம்ப்யூட்டர் நெட்வொர்க்குகளையும் நிறுவிச் செயல்பட்டு வந்த சமூகக் குழுக்கள் தமது நெட்வொர்க்கை ஆர்ப்பாநெட்டுடன் இணைத்துக் கொண்டன.

இதுபோன்ற செயல்பாடுகளால் ஆர்ப்பாநெட்டின் இராணுப் பாதுகாப்புத் தன்மை குறையத் தொடங்கியது. இதனையடுத்து 1983ஆம் ஆண்டு 'மில்நெட்' என்ற பெயரில் அமெரிக்க இராணுவம் புதிதாக நெட்வொர்க்கிங்கை பிரித்துக் கொண்டது.

1984ஆம் ஆண்டு ஆர்ப்பாநெட்டைப் போன்றே நாடு தழுவிய அளவில் நெட்வொர்க் கட்டமைப்பு என்எஸ்எஃப்நெட் என்னும் நிறுவனம் நிறுவியது. இதனைத்தொடர்ந்து ஆர்ப்பாநெட் தனது முக்கியத்துவத்தை இழந்தது.

1990ஆம் ஆண்டு ஆர்ப்பாநெட் சுத்தமாக மறைந்தே போய் விட்டது.

இணையத்தின் வளர்ச்சி அமெரிக்காவில் இவ்வாறு வளர்ந்து கொண்டிருந்த காலக்கட்டத்தில் சுவிட்சர்லாந்து நாட்டில் மற்றொரு முக்கியமான ஆய்வு நடைபெற்றது. அதாவது கம்ப்யூட்டரில் ஒரு ஆவணத்தைப் படித்துக் கொண்டிருக்கும் போதே அடிக்கோடிட்ட சொல்லின்மீது சொடுக்கினால் அது தொடர்பான கட்டுரை திரையில் வந்துவிடும்.

இவ்வாறாக இணையத்தின் பரிணாம வளர்ச்சி வேகம் பெற்று இன்று உச்சத்தைத் தொட்டுக் கொண்டிருக்கிறது.

2000வது ஆண்டில் இணைய தளங்கள் மிகப் பெரிய அளவில் அதிகரித்தது.

அதன் அடுத்த கட்டமாக 2005ஆம் ஆண்டு வீடியோக் களைப் பகிர்ந்து கொள்ளும் விதமாக யூட்யூப் உருவாகியது.

2007ஆம் ஆண்டு ஆப்பிள் ஐபோனை வெளியிட்டதும் லட்சக்கணக்கானோர் இணையத்தைப் பயன்படுத்தத் தொடங்கி னார்கள்.

தற்போது உலகளவில் சீனா தான் இணையப் பயன்பாட்டில் முதலிடத்தில் உள்ளது. அங்கு 29.8 கோடிப் பேர் இணையத்தைப் பயன்படுத்துகின்றனர்.

22.7 கோடி அமெரிக்கர்கள் இணையத்தைப் பயன்படுத்தி வருகின்றனர். ஆக அமெரிக்கா இரண்டாம் இடத்தில் உள்ளது.

9.4 கோடிப் பேர் ஜப்பானில் இணையத்தைப் பயன்படுத்தி வருவதை அடுத்து அந்நாடு மூன்றாம் இடத்தை வகிக்கிறது.

இந்தியா நான்காம் இடத்தில் உள்ளது. இங்கு 8.1 கோடிப் பேர் இணையத்தைப் பயன்படுத்துவதாகப் புள்ளிவிவரம் தெரிவிக்கிறது.

மொத்தத்தில் உலகம் முழுவதும் சுமார் 100 கோடிப் பேர் இணைய சேவையைப் பயன்படுத்தி வருவதால் இதை அசுர வளர்ச்சி என்றே சொல்லலாம்.

உலகின் ஏதோ ஒரு மூலையில் இருக்கும் கம்ப்யூட்டரில் உள்ள தகவல்களை எடுத்து வந்து நம் கம்ப்யூட்டருடன் இணைக்கும் அரிய செயலைச் செய்துவரும் இணையம் உண்மையிலேயே வியப்பிற்குரியதுதான்.

வர்த்தகத் துறையிலும் அழுத்தமாகக் கால் பதித்துள்ளது இணையம். அதனால் உலகப் பொருளாதாரம் வெகுவேகமான முன்னேற்றத்தை நோக்கி வெற்றி நடை போட்டு வருகிறது.

கல்வித்துறையிலும் கணிசமான பங்காற்றி வருகிறது இணையம் என்பதே உண்மை. வகுப்பறையில் கற்பித்தல்

தொடங்கி நிர்வாகம் புரிவது வரையில் அனைத்து செயல்களிலும் கம்ப்யூட்டரும், இணையமும் சிறப்பான பங்கை அளித்து வருகின்றன. அதனால் மாணவர்களின் கற்றல் திறன் சிறப்பாக மேம்படுத்தப்பட்டுள்ளது. ஆசிரியர்களின் கற்பித்தல் திறனும் நன்றாகவே அதிகரித்துள்ளது.

கலிபோர்னியாவில் உள்ள லூதான் பல்கலைக் கழக ஆய்வாளர்கள் வகுப்பறைக் கற்றல் கற்பித்தல் திறனை மேம்படுத்த உதவும் கல்வி தொழில்நுட்ப முறைகளைப் பற்றி ஆய்வு மேற்கொண்டனர். முடிவில் இணைய வழி அணுகுமுறையால் ஆசிரியர்கள் பல புதிய தகவல்களுடன் மேற்கொண்ட கற்பித்தலையும், மாணவர்கள் கூடுதலான கற்றல் திறனைப் பெற்றதையும் கண்டறிந்தனர்.

ஒரு வரலாற்றுப் பேராசிரியர் தென்கிழக்காசிய கட்டிடக் கலை என்ற பாடத்தைக் கற்பிப்பதற்கு 5 ஆயிரத்திற்கும் மேற்பட்ட வரலாற்றுப் பாடங்களையும் விளக்கங்களையும் இணையத்தில் இருந்து பெற்றுக்கொண்டார். பின்னர் அவர் தமக்குரிய பாடப்பகுதிகளுடன் தகுந்த படங்களையும் இணைத்து குறுந்தகடு தயார் செய்தார். ஒலி ஒளியுடன் கற்பித்ததால் தமது கற்பித்தல் திறன் மேம்பட்டது என்றும், மாணவர்களின் கற்றல் திறன் தரம் உயர்ந்தது என்றும் தனது ஆய்வில் அவர் கண்டறிந்துள்ளார்.

பேராசிரியர் ஒருவர் பல்வேறு முறைகளுக்கான வகுப்பறை களை வீடியோ வடிவில் தயார் செய்து மாணவர்களுக்கு விளக்கிய காரணத்தால் கற்றல் மேம்பட்டது என்பதை உறுதிப்படுத்தி உள்ளார்.

4 தமிழ் இணையம்

இணையத்தில் தமிழ் மொழியின் பயன்பாடு அண்மைக் காலமாக அதிகரித்துக் கொண்டே இருக்கிறது. பல்வேறு நாடுகளில் பல்வேறு மொழிகளிலும் இணையப் பயன்பாடுகள் வளர்ந்து கொண்டே இருக்கிறது என்றாலும் தமிழ் மொழியும் அபாரமாக வளர்ச்சியைப் பெற்று வருகிறது.

'ஒரு சமுதாயம் இன்றைய பணிகளை, இன்றைய கருவி கொண்டு செய்ய வேண்டும். இன்றைய பணியை நேற்றைய கருவி கொண்டு செய்யும் இனத்தின் நாளைய வாழ்வு நலிந்துவிடும். இது தவிர்க்க முடியாதது' என்கிறார் முனைவர் வா.செ. குழந்தைசாமி.

இதை அடிப்படையாகக் கொண்டுதான் இணையத்தில் தனக்கென ஓர் இடத்தைத் தமிழ் மொழி தக்கவைத்துள்ளது.

தொடக்கத்தில் ஆங்கிலக் குறியீட்டு முறையில் பயன்படுத்தி வந்த கம்ப்யூட்டர்கள் தாய்மொழியில் பயன்படுத்த வேண்டும் என்னும் முயற்சி அறிஞர்களால் தீவிரமாக மேற்காள்ளப்பட்டது.

கனடாவில் வசிக்கும் சீனிவாசன் என்பவரால் 1984ஆம் ஆண்டு 'ஆதமி', ஆதவின்', 'திருவின்' என்னும் தமிழ் எழுத்துருக் கள் உருவாக்கப்பட்டன.

அதனைத் தொடர்ந்து மயிலை, அணங்கு, தமிழ் லேசர், அஞ்சல், முரசு போன்ற குறியீட்டு முறைகள் அறிமுகம் செய்யப் பட்டன. இதனையடுத்து தமிழ் எழுத்துக் குறியீடுகள் தோன்றின.

இத்தகைய தமிழ் எழுத்துருக்களில் சிற்சில வேறுபாடுகள் இருந்தாலும் கம்ப்யூட்டரில் தமிழ் மொழியைப் பயன்படுத்தும் முயற்சி பெரு வெற்றியைப் பெற்றது என்பதே உண்மை.

தமிழ் எழுத்துருக்கள் தோன்றிய நிலையில் தமிழ் இணைய தளங்களும் தோன்ற ஆரம்பித்தன என்பதுதான் தித்திக்கும் இனிய செய்தி.

தமிழில் தோன்றிய முதல் இணைய தளம் 'தமிழ் சினிமா' என்று நம்பப்படுகிறது. அதற்கு முன்னர் 1992 மற்றும் 1993ஆம் ஆண்டுகளில் 'ஆ' என்னும் ஒரு மின்னிதழ் வெளிவந்ததாகவும் கூறப்படுகிறது.

இதன்பின்னர் பல்வேறு நாடுகளில் வசிக்கும் நம் தமிழ் மக்கள் தமிழ் இணைய தளங்களை உருவாக்கத் தொடங்கினர். தமிழ் இலக்கியங்கள், வரலாறு, கலை, பண்பாடு போன்றவை தமிழ் இணைய தளங்களில் இடம்பெற்றன.

தமிழ் மொழியின் பயன்பாட்டை இணையதளத்தில் கொண்டு சேர்க்கின்ற முயற்சியில் முதலிடத்தில் இருப்பவர்கள் சிங்கப்பூர் மற்றும் இலங்கைத் தமிழர்கள் என்றால் மிகையாகாது.

தமிழ் இணையதளத்தின் தந்தை என்று போற்றப்படுபவர் சிங்கப்பூர் பேராசிரியர் நா. கோவிந்தசாமி ஆவார்.

இவர் ஒருமுறை சீனாவிற்குச் சென்றபோது அவரது நண்பரிடம் தமிழின் பெருமைகளை எடுத்துக் கூறியுள்ளார். அதனைக் கேட்டு வியந்துபோன நண்பர், தங்களின் சீன மொழியைப் போலப் பெருமை வாய்ந்த மொழி தமிழ் மொழி என்று புகழ்ந்துள்ளார். எனவே சீன மொழியைப் போலவே

தமிழ் மொழியையும் இணையத்தில் பதிவேற்றலாம் என்றும் யோசனை தெரிவித்துள்ளார்.

இதன்பிறகே தமிழை இணையத்தில் பதிவேற்றும் முயற்சியில் பேராசிரியார் நா. கோவிந்தசாமி தீவிரமாக ஈடுபட்டுள்ளார்.

சிங்கப்பூரில் 1995ஆம் ஆண்டு நான்கு தேசிய மொழிக் கவிதைகளுக்கான வலையகம் ஒன்றை அந்நாட்டு அதிபர் தொடங்கி வைத்தார். அதில்தான் முதன்முதலாக தமிழ் மொழி இணையம் மூலம் பரவத் தொடங்கியது. தமிழ்ப் பக்கத்தை வலைப் பதிவேற்றம் செய்த பேராசிரியர் கோவிந்தசாமியுடன் டாக்டர் டான்டின், லியோஸ் கோக்யாங் ஆகிய இரு சீன வல்லுநர்களும் இணைந்து பணியாற்றினர்.

இவர்கள் மூவருக்கும் தமிழ் கூறும் நல்லுலகம் என்றென்றும் நன்றி சொல்லக் கடமைப்பட்டுள்ளது .

2003ஆம் ஆண்டு ஜனவரி முதலாம் நாளன்று கார்த்திக் ராமதாஸ் என்பவர் முதல் தமிழ் வலைப்பூவைத் தொடங்கினார். தொடர்ந்து அதே ஆண்டு ஜனவரி மாதம் 26ஆம் நாளன்று நவன் என்பவரும் தமிழ் வலைப்பூவைத் தொடங்கினார்.

தமிழ் வலைப்பூக்களின் உருவாக்கம் மற்றும் பயன்கள் பற்றி திசைகள் என்னும் இணைய இதழில் கட்டுரை வெளியானது. அதன்பிறகே தமிழ் வலைப்பூக்கள் குறித்துப் பலரும் தெரிந்து கொண்டனர்.

ஆரம்ப காலங்களில் தமிழ் எழுத்துருவில் பிரச்சனைகள் இருந்ததால் தமிழ் வலைப்பூக்களின் வளர்ச்சி ஆமை வேகத்தில் அமைந்தன. 2003ஆம் ஆண்டில் இருந்து 2005ஆம் ஆண்டு வரையிலான காலக்கட்டத்தில் சுமார் ஆயிரம் வலைப்பூக்கள் மட்டுமே தோன்றின.

ஆனால் தொடர்ந்து அடுத்த இரண்டாண்டுகளில் அதன் எண்ணிக்கை 4 ஆயிரமாக அதிகரித்தது.

பின்னர் தமிழ் வலைப்பூக்களின் வளர்ச்சி 12 ஆயிரத்தையும் தாண்டி வெற்றி நடை போடத் தொடங்கியது. தற்போது இன்னும் வேகமான வளர்ச்சி அடைந்து கொண்டே இருக்கிறது.

குறிப்பாக ஓலைச்சுவடிகளில் இருந்த தமிழ் இலக்கியம் இன்று மின் ஊடகங்களில் வலம்வரத் தொடங்கி உள்ளது.

இந்த வளர்ச்சிக்காக உழைத்தவர்களில் முதன்மையானவர்

மு. பொன்னவைக்கோ

மு.பொன்னவைக்கோ என்பவர். இவர் கம்ப்யூட்டர் மற்றும் இணைய தளங்கள் ஆகியவற்றின் தொழில்நுட்பங்களில் தன்னை முழுமையாக ஈடுபடுத்திக் கொண்டார். இவரின் முயற்சியால் 2001ஆம் ஆண்டு பிப்ரவரி மாதம் தமிழ் இணையப் பல்கலைக் கழகம் உருவானது. தற்போது இது தமிழ் இணையக் கல்விக் கழகம் என்ற பெயருடன் சிறந்தோங்கி நிற்கிறது.

வலைப் பக்கங்களில் சங்க இலக்கியம் முதல் தற்கால இலக்கியம் வரை இடம் பெற்றுள்ளது குறிப்பிடத்தக்கது. அத்துடன் தமிழ் அகராதிகளும் இடம்பெற்றுள்ளன.

இணையத்தில் 'விக்கிப்பீடியா' தான் இன்று அனைத்து வகையான தகவல்களையும் அள்ளி வழங்கும் செய்திச் சுரங்கமாக இருக்கிறது. ஆய்வாளர்களுக்குக் கிடைத்த அற்புதமான தகவல் புதையல் இது என்றே சொல்ல வேண்டும்.

விக்கிப்பீடியாவில் மொத்தம் 267 மொழிகள் இடம் பெற்றுள்ளன. அவற்றில் தமிழ் மொழியும் ஒன்று.

வளைகுடா நாட்டில் கட்டடக் கலைப் பொறியாளராகப் பணியாற்றும் இ. மயூரநாதன் என்பவர் 2003ஆம் ஆண்டு நவம்பர் மாதம் தமிழ் விக்கிப்பீடியாவின் முதற்பக்கத்தை தமிழில் உருவாக்கினார்.

இன்று பல்வேறு நாடுகளில் வாழ்ந்துவரும் தமிழர்களின் முயற்சியால் 14 ஆயிரத்துக்கும் மேற்பட்ட பயனர்களைக் கொண்டு 63 ஆயிரத்துக்கும் அதிகமான கட்டுரைகளைத் தமிழ் விக்கிப்பீடியா கொண்டுள்ளது. அனைத்து மொழி விக்கிப்பீடியாக் களிலும் தமிழ் விக்கிப்பீடியா 62வது இடத்தை வகிக்கிறது.

இணையப் பயன்பாட்டில் தமிழகம் இந்தியாவில் மூன்றாவது இடத்தில் உள்ளது.

ஆங்கில இணைய தளத்திற்கு இணையாகத் தமிழ் இணைய தளங்கள் நாளுக்கு நாள் அதிகரித்துக் கொண்டே இருக்கின்றன. இது தமிழ் மொழியின் வளர்ச்சிக்குப் பெருமளவில் துணை நிற்கின்றன என்றால் மிகையாகாது.

கிராமப்புறங்களும் இணையத்தில் இணைய வேண்டும் என்ற சீரிய நோக்கில் மாநிலம் முழுவதும் ஆயிரத்து 500 சமுதாய இணைய மையங்களை அரசு நிறுவியுள்ளது.

இணையத்தின் தமிழ் மொழியின் ஆதிக்கத்தை விளக்கும் விதமாக 'தமிழ்நெட் 99' என்ற இணைய மாநாடு சென்னையில் நடைபெற்றது. அதில் தமிழ் இணையப் பல்கலைக் கழகம் அமைக்க முடிவெடுத்து, கடந்த 2001ஆம் ஆண்டு சென்னையில் தொடங்கப்பட்டது.

வெளிநாடுகளில் வாழும் தமிழர்களுக்கு இணைய தளம் வழியாக மல்டிமீடியா முறையில் தமிழ்க் கல்வி அளிப்பதுதான் இந்தப் பல்கலைக் கழகத்தின் முக்கிய நோக்கம்.

மட்டுமல்லாமல் தமிழ் மொழியில் சான்றிதழ், பட்டயம், பட்டப்படிப்புகள் நடத்தப்பட்டு இணையத்தின் வழியாகவே தேர்வுகள் நடத்தப்பட்டு பட்டங்களும் வழங்கப்படுகின்றன.

தமிழ் நூல்கள் அடங்கிய 'இணைய நூலகம்' ஒன்றும் செயல்பட்டு வருகிறது. பாடங்கள் படிக்கிறவர்கள் புதிதாகத் தங்கள் பெயரைப் பதிவு செய்து இந்நூலகத்தைப் பயன்படுத்த வேண்டும்.

மேலும் இணையத்தைப் பயன்படுத்த மொழி ஒரு தடையாக

இருக்கக்கூடாது என்பதற்காக 'தமிழ் இணையம் 2000', 'கணினித் தமிழ்ச் சங்கம்' போன்ற அமைப்புகளும் செயல்பட்டு வருகின்றன.

இணையம் சார்ந்த ஆங்கிலச் சொற்களுக்கு இணையான தமிழ்க் கலைச் சொற்கள் உருவாக்கப்பட வேண்டும் என்று சிங்கப்பூர் இணைய மாநாட்டில் முடிவெடுக்கப்பட்டது. அதனைச் செயல்படுத்தும் நோக்கில் www.tc.words.com என்ற இணைய தளம் ஒன்று வடிவமைக்கப்பட்டுள்ளது. அதில் முக்கிய ஆங்கிலச் சொற்களுக்கு இணையான தமிழ்ச் சொற்களின் பட்டியல் இடம்பெற்றுள்ளது.

தற்போது நாம் பாதுகாத்து வரும் ஆவணங்களின் ஆயுட் காலம் குறைவே. அவை எளிதில் சேதமடையவும் வாய்ப்புள்ளது. ஆனால் இணையத்தில் சேமித்து வைக்கப்படும் ஆவணங்கள் நீண்ட காலம் நிலைத்து நிற்கும். இணையத்தில் பதியும் செய்திகள் அனைத்தும் நாளைய வரலாறாகவும், ஆவணமாகவும் அமைகிறது.

கோட்டையூரில் வாழ்ந்த ரோஜா முத்தையா என்பவர் தமது வாழ்நாளில் இலட்சத்திற்கும் மேற்பட்ட அரிய நூல்களைச் சேமித்து வைத்திருந்தார். அமெரிக்காவின் சிகாகோ பல்கலைக் கழகம் அவரிடம் இருந்து விலைக்கு வாங்கி, அதிலுள்ள நூல்கள்

ரோஜா முத்தையா ஆராய்ச்சி நூலகம்

ரோஜா முத்தையா

அனைத்தையும் மைக்ரோஃபிலிமாக மாற்றியது. பின்னர் அனைவரும் படித்துப் பயனடையும் வகையில் முதன்முதலாக நடமாடும் நூலகத்தையும் அமைத்தது.

இன்றைய நாளில் உலகின் எந்த மூலையில் இருந்தும் ரோஜா முத்தையா ஆய்வு நூலகத்தில் உள்ள நூல்களின் விவரங்களையும் பார்த்துப் படித்துப் பயன்பெற முடியும்.

இங்கு நூல்களும் ஆவணங்களும் நவீன அறிவியல் முறைப் படி ஆவணக்காப்பு நுண்படமாக எடுக்கப்பட்டு, அதனைக் குறுந்தகடு வடிவில் வெளியிட்டுப் பாதுகாத்து வருகின்றனர்.

தவிர, 'இன்டாம்' (www.intamm.com) என்னும் இணைய தளத்தில் தமிழ் நூல்கள் வெளியிட்ட பதிப்பகங்களின் பெயர்கள் அகர வரிசையில் குறிப்பிடப்பட்டுள்ளன. மேலும் பதிப்பகங்கள் வெளியிட்டுள்ள நூல்களையும் தமிழிலேயே தேடும் வகையில் வடிவமைக்கப்பட்டுள்ளன. அதில் பதிப்பகத்தின் முகவரியும்,

மின்னஞ்சல் முகவரியும் குறிப்பிடப்பட்டுள்ளதால் அவற்றோடு தொடர்பு கொள்ளவும் முடியும்.

ஆய்வாளர்கள் பலரும் தங்கள் ஆய்வு நூலை இணையத்தில் வெளியிட்டுள்ளனர். புகழ்பெற்ற நாவல்களும் இணையத்தில் காணப்படுகின்றன. அவற்றில் பலவும் பணம் செலுத்திப் படிக்கும் வகையில் அமைந்துள்ளது.

ஓர் ஆய்வாளருக்குத் தேவையான தகவல்களை இணையத்தில் உள்ள தேடுபொறிகளின் மூலம் எளிதாகப் பெற முடியும். நாம் தரும் முதன்மைச் சொல்லின் வாயிலாக நமக்குத் தேவையான தகவல்கள் பட்டியலிடப்படும். அவற்றின் அடிப்படையில் செயல்படும் அனைத்தும் முறையாகப் பதிவு செய்யப்பட்டுள்ளதால் பொருளற்ற தவறான தளங்கள் பட்டியலில் இடம்பெறாமல் கவனமாகத் தவிர்க்கப்படுகிறது.

இணையதளத் தேடுபொறியில் கூகுள் சிறந்த தளமாக விளங்குகிறது. தமிழ் உள்ளிட்ட பிராந்திய மொழிகளில் தேடு பொறிகளை கூகுள் நிறுவனம் நிறுவியுள்ளது குறிப்பிடத்தக்கது.

தமிழ்மொழி வளர்ச்சியில் தமிழ் மின் இதழ்களின் பங்கு மிகப்பெரிது. தமிழ் மொழியில் இன்று பல இணைய தளங்கள் செயல்பட்டு வருகின்றன. அவற்றில் ஆறாம் திணை, இன்தாம், தமிழ், நெட்ஜால், வெப் உலகம், தமிழ் நெட் போன்ற தமிழ் மின் இதழ்கள் குறிப்பிடத்தக்கவையாக விளங்குகின்றன.

சிறப்புப் பார்வை, சமயம், கவிதை, சிறுகதை, குழந்தை இலக்கியம், கல்வி, புதுவரவு (நூல்கள்), விடுகதை, பழமொழி, தமிழ் அறிவோம், சொல்லாட்டம், நேர்காணல், வெண்பா மேடை, சென்னைச் சுவடுகள், குறுந்தொடர், சிற்றிதழ் பக்கம், தலையங்கம் என தமிழின் அனைத்து இலக்கிய வகைகளைச் சிறப்பாக வெளியிட்டு வருகின்றது ஆறாம் திணை இணையத்தளம். இளம் கவிஞர்கள், எழுத்தாளர்களை ஊக்குவிக்கும் வகையில் கவிதை, சிறுகதை, கட்டுரை போன்ற தரம் வாய்ந்த படைப்புகளைத் தந்து கொண்டிருக்கிறது.

முன்பெல்லாம் ஒரு அழைப்பிதழை வெளியூரில் உள்ள நண்பர்களுக்கோ, உறவினர்களுக்கோ அனுப்ப வேண்டு மென்றால் அஞ்சல் நிலையம் மூலமாகவே அனுப்ப வேண்டும். அது அவர்களைச் சென்றடைய குறைந்தபட்சம் இரண்டு நாட்கள் ஆகிவிடும். வெளிநாட்டில் வசிப்பவர்கள் என்றால் கேட்கவே வேண்டாம் குறைந்தபட்சம் ஒரு வாரம் ஆகும்.

ஆனால் இணையம் இன்று அதைத் துரிதப்படுத்தி உள்ளது. மின்னஞ்சல் மூலம் நாம் அனுப்பும் அழைப்பிதழை அமெரிக்காவில் உள்ள நம் உறவினர் அடுத்த நொடிப்பொழுதே பெற்றுவிட முடியும்.

ஆரம்பத்தில் ஆங்கிலம் உள்ளிட்ட ஒருசில மொழிகளில் மட்டுமே கடிதங்களை அனுப்ப முடிந்தது. ஆனால் தற்போது நம் தமிழ் உட்பட பல்வேறு பிராந்திய மொழிகளிலும் மின்னஞ்சல் அனுப்பும் வசதி வந்துவிட்டது.

தமிழில் மின்னஞ்சல் செய்யும் வசதியை மெயில்ஜால், அம்பலம், தமிழ் ஈழம் போன்ற பல இணையத் தளங்கள் நமக்குத் தந்துள்ளன. அவற்றில் தமிழில் தட்டச்சு செய்து நமது மடல்களை அனுப்ப முடியும். இதற்காக எழுத்துரு உதவிப் பட்டியலும் கொடுக்கப்பட்டுள்ளது.

மின்னஞ்சல் மூலமாகப் புகைப்படங்கள், கோப்புகள், வாழ்த்து அட்டைகள், கட்டுரைகள் போன்றவற்றைப் பின் இணைப்புகளாகப் பொருத்தியும் அனுப்பமுடியும்.

தினசரி செய்தித்தாள்களைக்கூட இப்போது கடைக்குச் சென்று வாங்கித்தான் படிக்க வேண்டும் என்ற கட்டாயம் இல்லை. இருந்த இடத்தில் இருந்தபடியே கம்ப்யூட்டரில் சொடுக்கினால் அனைத்துப் பத்திரிகைகளையும் படித்து அன்றாடம் நடப்புச் செய்திகளை அறிந்து கொள்ள முடிகிறது.

வங்கிப் பணிகள், விமானம், இரயில், பேருந்துகளுக்கு முன்பதிவு செய்தல், வாக்காளர் பட்டியலைச் சரிபார்த்துக் கொள்ளுதல், திருமணத்திற்கு வரன்கள் பார்த்தல், மாணவர்கள் பாடங்களைப் படிக்க உறுதுணையாக இருத்தல், தேர்வு முடிவுகளை வீட்டில் இருந்தவாறே தெரிந்து கொள்ளுதல், வேலைக்கு விண்ணப்பித்தல், பிறப்பு மற்றும் இறப்புச் சான்றிதழ் உட்பட அனைத்தையும் பெற்றுக் கொள்ளுதல் என்று இணையத்தின் வீச்சு விரிவடைந்து கொண்டே இருக்கிறது.

5 மின் நூலகம்

தமிழ் மொழி இலக்கியம், இலக்கணம் உள்ளிட்ட முக்கியத்துவம் வாய்ந்த அனைத்து நூல்களையும் கம்ப்யூட்டரில் பாதுகாப்பாகச் சேமித்து வைத்து அனைவரும் படித்துப் பயனடைய உதவுவதுதான் மின் நூலகத்தின் அரும்பணி.

21ஆம் நூற்றாண்டின் இணையற்ற அறிவியல் சாதனை இது என்பதை சட்டைக் காலரை நிமிர்த்திச் சொல்ல முடியும். கம்ப்யூட்டரில் நூல்களைப் பதிவு செய்து பாதுகாக்கும் பணி உலகம் முழுவதும் உள்ள அனைத்து மொழிகளிலும் வெகு வேகமாக நடைபெற்று வருகிறது.

நம் தாய்த்திரு தமிழ் மொழியைப் பொருத்தமட்டில் இந்தப் பணியை அரசு மட்டுமல்லாமல் அரசு சார் அமைப்புகள் மற்றும் தனியார் அமைப்புகளும் ஆர்வத்துடன் செய்து வருகின்றன.

இச்சிறப்பான பணியில் சென்னையில் அமைந்துள்ள தமிழ் இணையப் பல்கலைக்கழகம் பெரும்பங்காற்றி வருகிறது. மேலும் சென்னைப் பல்கலைக்கழகமும், மைசூரில் உள்ள இந்திய மொழி களின் நடுவண் நிறுவனமும் தமிழ் நூல்களைக் கம்ப்யூட்டரில் சேமிக்கும் பணியைத் திறம்படச் செய்து வருகின்றன.

தமிழ் நூல்களைக் கம்ப்யூட்டரில் சேமிக்கும் பணி 1988ஆம் ஆண்டு கே. கல்யாணசுந்தரம் என்பவரால் தொடங்கப்பட்டது. இவரால் தொடங்கப்பட்ட இத்திட்டம் 'மதுரைத் திட்டம்' என்று அழைக்கப்படுகிறது.

தொடர்ந்து நூலகத் திட்டங்களை அமைத்து அனைத்து நூல்களிலும் மின் நூல் பணி ஆரம்பிக்கப்பட்டது. இதனை நூலகத் திட்டம் என்று குறிப்பிடுகின்றனர்.

சென்னை கன்னிமாரா நூலகம், தேவநேயப் பாவாணர் நூலகம், தஞ்சை சரஸ்வதி மகால் நூலகம், தமிழ்ப் பல்கலைக் கழக நூலகம், கும்பகோணம் அரசினர் கலைக் கல்லூரி நூலகம் போன்ற நூலகங்கள் ஈடிணையற்ற நம் பழமையான நூல்களைக் கம்ப்யூட்டர் மயமாக்கி மின் நூலகங்களாகப் பாதுகாத்து வருகின்றன. இவற்றில் சில குறிப்பிட்ட நூல்கள் அனைவரும் படிக்கும் வகையிலும் அமைக்கப்பட்டுள்ளது. நூல்களின் பட்டியலைப் பார்வையிடவும் முடியும்.

தமிழ் நூல்களைக் கம்ப்யூட்டரில் சேமித்து வைத்து இணையப் பயன்பாட்டின் மூலமாக யாரும் எங்கிருந்தும் படிக்கும் வகையில் நூலகமாக அமைத்திடும் இந்த அறிவியல் அற்புத முறையே 'மின் நூலகம்' என்று அழைக்கப்படுகிறது.

டிஜிட்டல் நூலகம், தமிழ் இணையப் பல்கலைக் கழக மின் நூலகம், ரோஜா முத்தையா ஆராய்ச்சி நூலகம், சென்னை மின் நூலகம், நூலகம் நெட், இந்திய மொழிகளின் நடுவண் நிறுவனம், மதுரைத் திட்டம், மின்பதிப்புத் திட்டம் என்று பல மின் நூலகங்கள் உள்ளன.

ஒரு சமூகத்தின் கலாச்சாரத்தின் முக்கிய எடுத்துக்காட்டாக விளங்குவது இலக்கியங்கள் மட்டுமே. அத்தகைய இலக்கியங்கள் புனித நூல்களான கீதையைப் போலவும், குர்ரானைப் போலவும்,

பைபிளைப் போலவும் பாதுகாத்துப் பயனடையச் செய்வது நம் அனைவரின் கடமை.

அதிலும் நம் தமிழ் இலக்கியங்கள் மிகமிகத் தொன்மையான வரலாற்றை உடையது. முதற்சங்கக் காலத்தைச் சேர்ந்த நூல்கள் 2 ஆயிரம் ஆண்டுகளுக்கு முன்பே இயற்றப்பட்டது என்பது ஆய்வாளர்களின் உறுதியான கருத்து.

இத்தகைய சிறப்புடைய தமிழ் இலக்கியங்களைப் பாதுகாப்பது என்பது எத்தனை முக்கியத்துவம் வாய்ந்தது.

உலகளாவிய தமிழர்கள் இணைய வழி ஒன்று கூடித் தமிழ் இலக்கியங்களின் மின்பதிப்புக்களை உருவாக்கி அவற்றை இணையம் வழி உலகெங்கிலும் உள்ள தமிழர்கள் இலவசமாகப் பெற வழிவகை செய்துள்ளனர்.

நம் கலாச்சாரத்தைப் பேணிப் பாதுகாப்பதில் இதுவே முதல் இடத்தைப் பெறுகிறது என்பதால் இந்தப் பணி மேலும் மேலும் சிறந்தோங்க நாம் அனைவரும் ஒன்றுபட்டு உழைப்பது அவசியம்.

இங்கே மதுரைத் திட்டத்தைப் பற்றிப் பேசுவது அவசியமான ஒன்று. ஏனென்றால் எந்தவிதமான அரசு அல்லது தனியார் அமைப்புகளின் உதவியும் இல்லாமல், வியாபார நோக்கம் சிறிதும் இல்லாமல் நடைபெற்றுவரும் ஒரு தன்னார்வ முயற்சி.

1998ஆம் ஆண்டு பொங்கல் திருநாளில் தொடங்கப்பட்ட இத்திட்டம் இன்றும் உயிர்ப்புடன் இயங்கி வருகிறது. உலகின் வெவ்வேறு பகுதிகளில் வசிக்கும் முன்னூறுக்கும் மேற்பட்ட தமிழ்

ஆர்வலர்கள் ஒன்றுகூடி இத்திட்டத்தை செம்மையாக நடத்தி வருகின்றனர்.

இத்திட்டத்தின் மூலமாக பல நாடுகளிலும் வசித்துவரும் தமிழர்கள் தங்களது இல்லங்களில் கம்ப்யூட்டரின் மூலமாகக் கிடைக்கும் நேரங்களில் தமிழ் இலக்கியங்களைக் கம்ப்யூட்டரில் பிழை திருத்தி மின்பதிப்புகளாகத் தயாரிக்கும் ஒரு கூட்டு முயற்சியில் ஈடுபட்டு வருவது குறிப்பிடத்தக்கது.

மதுரைத் திட்டத்தின் மின்பதிப்புகள் ஆரம்ப காலத்தில் இணைமதி, மயிலை, தமிழ் எழுத்துக்கள் ஆகியவற்றைக் கொண்டு தயாரிக்கப்பட்டது. தற்போது அதிவேக வளர்ச்சியைப் பெற்று வருகிறது.

இத்திட்டமானது காலம், சமயம், தேசப்பற்று, இலக்கியப் பிரிவு போன்ற எந்தவிதமான பாகுபாடும் இல்லாமல் அனைத்து விதமான தமிழ் நூல்களின் மின்பதிப்புகளையும் வெளியிட்டு வருகிறது.

பாகுபாடின்றி தொன்மையான பழங்காலத்து இலக்கியங்கள் முதல் தற்காலத் தமிழ் நூல்கள் வரை அனைத்தையும் சீராக வெளியிட்டு வருகிறது.

அதேபோல தமிழ் இணையப் பல்கலைக் கழகத்தின் அரும் பெரும் சேவையையும் நாம் இங்கே குறிப்பிட்டே தீர வேண்டும். தமிழ் இணையப் பல்கலைக்கழகம் மின் நூலகம் ஒன்றை அமைத்துள்ளது. தொல்காப்பியம் முதல் தற்கால இலக்கியம் வரை 250க்கும் மேற்பட்ட ஏறக்குறைய ஒரு லட்சம் பக்கங்களுக்கு மேலாக இந்த மின்நூலகத்தில் இடம்பெற்றுள்ளன.

இந்த மின்நூலகத்தில் உள்ள நூல்களை எவரும் எங்கிருந்தும் இணைய வழியாகப் படித்துப் பயனடைய முடியும். ஒரு நூலை ஒரே நேரத்தில் ஒருவர்தான் படிக்க முடியும் என்ற கட்டுப்பாடு இதற்குக் கிடையாது. ஒரே நூலை ஒரே நேரத்தில் எத்தனை பேர் வேண்டுமானாலும் படிக்கலாம்.

சாதாரண நூலகங்களுக்குச் சென்று தனக்குத் தேவையான நூலைத் தேடிப்பிடித்துப் பெறுவதில் இருக்கும் சிக்கல்கள் இந்த இணைய நூலகங்களில் கிடையாது என்பதுதான் இதன் முக்கியச் சிறப்பு.

இந்த மின்நூலகத்தில் இலக்கண இலக்கிய நூல்கள், ரோமன் வரி வடிவத் தமிழ் நூல்கள், அகராதிகள், கலைச்சொற்கள், தொகுப்புகள், ஒளிக்காட்சித் தொகுப்புகள் என்ற வகைகளில் பகுக்கப்பட்டுள்ளது.

நூலகங்கள் என்றாலே நூல்கள் மட்டுமே காணப்படும். ஆனால் மின்நூலகங்கள் அவ்வாறு கிடையாது. தமிழர்களின் பண்பாட்டு நிகழ்ச்சிகள், இறை உணர்வை வெளிப்படுத்தும் சைவ, வைணவ கோயில்களின் ஒலி, ஒளிக் காட்சிகள் போன்றவையும் இடம்பெற்றுள்ளன. அத்துடன் இஸ்லாமிய மற்றும் கிறிஸ்தவ ஆலயங்களின் ஒலி, ஒளிக் காட்சிகளும் இந்த மின்நூலகத்தில் இடம்பெற்றுள்ளன.

தமிழ் இணையப் பல்கலைக் கழக மின் நூலகத்தில் இலக்கண நூல்கள், சங்க இலக்கியம், பதினெண் கீழ்கணக்கு, காப்பியங்கள், சமய இலக்கியங்கள், சிற்றிலக்கியங்கள், திரட்டு நூல்கள், நெறி நூல்கள், சித்தர் இலக்கியங்கள், இருபதாம் நூற்றாண்டுத் தமிழ் இலக்கியங்கள், உரைநடை, நாட்டுப்புற இலக்கியங்கள், சிறுவர் இலக்கியங்கள் என்று பலவகை நூல்கள் இடம்பெற்றுள்ளன.

தொல்காப்பியம், புறப்பொருள் வெண்பாமாலை, யாப்பருங்கலம், யாப்பருங்கலக்காரிகை, தண்டியலங்காரம், நன்னூல், நம்பியகப் பொருள், தொன்னூல் விளக்கம், இலக்கண

விளக்கம், தமிழ் நெறி விளக்கம், சிதம்பரப்பாட்டியல், நவநீதப்பாட்டியல், வீரசோழியம் ஆகியவை இலக்கண நூல்களில் அடங்குகின்றன.

சங்கஇலக்கியம், பதினெண்கீழ்க் கணக்கு, ஐம்பெருங் காப்பியங்கள், ஐஞ்சிறுகாப்பியங்கள், பெருங்கதை, கம்ப ராமாயணம், வில்லிபாரதம், அரிச்சந்திர புராணம், காஞ்சிப் புராணம் உள்ளிட்ட 52 இலக்கிய நூல்கள் உரையுடன் இடம்பெற்றுள்ளன.

பன்னிரு திருமுறைகள், திருவிளையாடற் புராணம், கந்தபுராணம், கல்லாடம், மெய்கண்டசாத்திரங்கள், திருமுறைத் தலங்கள் போன்ற சைவ நூல்கள் தமிழ் இணையப் பல்கலைக்கழக மின் நூலகத்தில் இடம்பிடித்துள்ளன.

நாலாயிர திவ்யபிரபந்தம், 108 வைணவ திவ்யதேச ஸ்தல வரலாறு உள்ளிட்ட வைணவ நூல்கள் காணப்படுகின்றன.

தேம்பாவணி, இரட்சணிய யாத்திரிகம், திரு அவதாரம், இயேசுகாவியம், இரட்சணிய மனோகரம் போன்ற கிறிஸ்தவ சமய நூல்களும், சீறாப்புராணம், நெஞ்சில் நிறைந்த நபிமணி, நாயகம் எங்கள் தாயகம், யூசுப் ஜீலைகா, நாயகம் ஒரு காவியம் போன்ற இஸ்லாமிய நூல்களும் இந்நூலகத்தில் இடம்பெற்றுள்ளன.

கச்சிக்கலம்பகம், மூவருலா, அழகர் விடுதூது, தமிழ் விடுதூது, சேக்கிழார்ப் பிள்ளைத் தமிழ், திருச்செந்தூர் முருகன் பிள்ளைத்தமிழ், மதுரை மீனாட்சியம்மைப் பிள்ளைத்தமிழ், இரணியவதைப் பரணி, கலிங்கத்துப்பரணி, அபிராமி அந்தாதி, தண்டலையார் சதகம், அறப்பளீசுர சதகம், குமரேச சதகம், நள வெண்பா, திருக்குற்றாலக் குறவஞ்சி, அஷ்டபிரபந்தம், புலவராற்றுப்படை போன்ற சிற்றிலக்கிய நூல்களும் உள்ளன.

தவிர, குமரகுருபரர் பிரபந்தத் திரட்டு 12 நூல்களும், சிவப்பிரகாச சுவாமிகள் பனுவல் திரட்டு 24 நூல்களும், இராமலிங்க அடிகளின் திருவருட்பா, தாயுமானவரின் தனிப்பாடல்கள் உள்ளிட்ட 38 நூல்கள் உரையுடனும் இதில் இடம்பெற்றுள்ளன.

ஆத்திசூடி, கொன்றை வேந்தன், மூதுரை, நல்வழி, வெற்றிவேற்கை என்று மனிதர்களை நெறிப் படுத்தும் நீதிநூல்களும் இந்நூலகத்தில் உள்ளன.

அத்துடன் சித்தர் இலக்கியங்களும் காணப்படுகின்றன.

பாரதியார், பாரதிதாசன், வேதநாயகம்பிள்ளையின் பெண்மதி மாலை, கவிஞர் முடியரசனின் பூங்கொடி, தமிழ் ஒளி கவிதைகளும் இடம்பெற்றுள்ளன.

டாக்டர் மு.வ.வின் அகல் விளக்கு, நா.பா.வின் சமுதாய வீதி, அகிலனின் வேங்கையின் மைந்தன், மனோன்மணீயம், புத்தர் அருளிய தம்மபதம், மு.வ.வின் அறமும் அரசியலும், சீனி. வேங்கடசாமியின் தமிழர் வளர்த்த அழகுக்கலைகள், சாமி. சிதம்பரனாரின் பதினெண் கீழ்க்கணக்கும் தமிழர் வாழ்வும், பாவாணரின் படைப்புகள் என்று இருபதாம் நூற்றாண்டின் படைப்புகளும் இதில் உள்ளன.

அத்துடன், சென்னைப் பல்கலைக்கழகத் தமிழ்ப் பேரகராதி, சென்னைப் பல்கலைக்கழக ஆங்கிலம் - தமிழ் அகராதி, பால்ஸ் அகராதி, மு.சண்முகம் பிள்ளையின் தமிழ் - தமிழ் அகரமுதலி ஆகிய நான்கு அகராதிகள் இடம் பெற்றுள்ளன.

சொற்களுக்கான பொருளை அகர வரிசை முறையிலும், வேண்டிய சொற்களுக்கான பொருளைத் தேடிப் பெறும் வகையிலும், அச்சு வடிவ அகராதியைப் பார்ப்பதைப் போலவே பக்கம் பக்கமாகப் பார்க்கும் வகையிலும் வசதிகள் செய்யப் பட்டுள்ளன.

சமுதாயவியல், கலை மானுடவியல், அறிவியல், மருத்துவ இயல், தகவல் தொழில் நுட்பவியல், சட்டவியல், கால்நடை மருத்துவ இயல், பொறியியல் தொழில் நுட்பவியல், மனை இயல், உயிரியத் தொழில் நுட்பவியல், வேளாண்மைப் பொறியியல் ஆகிய துறைகளைச் சார்ந்த அளவுகடந்த கலைச்சொற்கள் இந்நூலகத்தில் அடங்கியுள்ளன.

ஓலைச்சுவடிகளில் காணப்படும் தமிழ் இலக்கியங்களைப் பாதுகாக்கும் வகையிலும் இம்மின்நூலகம் பணியாற்றி வருகிறது. ஓலைச் சுவடிகளை ஒளிப்பட நகல் எடுத்துப் பாதுகாத்து வருகிறது.

மட்டுமன்றிச் சில அரிய காகிதச் சுவடிகளையும் பாதுகாத்து வைப்பதோடு அவற்றை இணையம் வழியாகக் காட்சிப் படுத்தியும் வருகிறது.

இவ்வாறு தமிழ் மின் நூலகங்கள் இலக்கியத்திற்கும், தமிழர் கலாச்சாரப் பிரதிபலிப்புக்கும் அரிய சேவையை ஒருங்கிணைந்து செய்து வருகிறது.

எனவே தமிழ் மொழியில் இன்று பரவலாக இருக்கும் நூல்கள் அனைத்தும் மின்நூலாக மாற்றப்பட்டு வருகின்றன. அத்துடன் அந்நூலகத்தின் மூலமாக பல மின்நூல்கள் வெளியிடப்பட்டும் வருகிறது.

இனி வரும் காலங்களில் கட்டமைக்கப்பட்ட புத்தகங் களைப் படிப்பதைத் தவிர்த்து விட்டு மின்நூல் படிக்கும் முறை அதிகமாக வளர்ந்து வரும் என்பதே உண்மை.

6 உலகத் தமிழ் மின் நூலகம்

உலக மின் நூலகம் என்பது யுனெஸ்கோ மற்றும் அமெரிக்க காங்கிரஸ் நூலகம் ஆகியவற்றால் நடத்தப்படும் ஒரு பன்னாட்டு மின் நூலகம் ஆகும்.

உலகம் முழுவதும் பரவிக்கிடக்கும் பல்வேறு கலாச்சாரப் புரிதல்களை ஊக்குவித்தல், இணையத்தில் கிடைக்கும் கலாச்சார உள்ளடக்கங்கள் அளவிலும், வகையிலும், அதிகமாக்குதல், கல்வியாளர்கள், ஆய்வாளர்கள், பொதுமக்கள் ஆகியோருக்கு அறிவுசார் வளங்களை அளித்தல் ஆகியவற்றைத் தனது நோக்கமாக உலக மின் நூலகம் கொண்டுள்ளது.

உலகெங்கிலும் உள்ள கலாச்சாரங்களின் முதன்மைத் தகவல் ஆதாரங்களான வரைபடங்கள்,

அரிய நூல்கள், இசைக் கோர்வைகள், திரைப்படங்கள், அச்சுவடிவங்கள், ஒளிப்படங்கள், ஆவணங்கள் உள்ளிட்டவற்றை இலவசமாக இணையத்தில் கிடைக்கச் செய்வதில் இந்த அமைப்பு முனைப்புடன் செயல்படுகிறது.

உலக மின் நூலகம் துவங்கப்பட்டபோது அரபி, சீனம், ஆங்கிலம், பிரெஞ்சு, போர்ச்சுகீசியம், ரஷ்யன் ஆகிய மொழிகளில் கிடைத்த 1170 உருப்படிகளைக் கொண்டிருந்தது.

அதாவது, உலகின் தகவல் சேவையை விரிவுபடுத்துவது, தகவல்களை அறிவதற்கான செலவைக் குறைப்பது ஆகியவற்றை நோக்கமாகக் கொண்டு அமைக்கப்பட்ட, லாப நோக்கமற்ற சேவை மற்றும் ஆய்விற்காகத் தொடங்கப்பட்டுள்ளது 'இணையக் கம்ப்யூட்டர் நூலக மையம்.' ஆங்கிலத்தில் Online Computer Library Center என்று அழைக்கின்றனர். சுருக்கமாக ஓசிஎல்சி (OCLC) என்று அழைக்கப்படுகிறது.

மின்னியல் முறையில் நூல்கள், படங்கள், ஆவணங்கள், தகவல் தொகுப்புகள் போன்றவற்றைச் சேகரித்துப் பாதுகாத்து வைத்திருப்பதை கம்ப்யூட்டர் முறையில் பெற்றுப் பயனடையக் கூடியதே டிஜிட்டல் நூலகம் எனப்படுகிறது.

இணையத்தின் வழியாக எவ்வளவு தொலைவில் இருந்தும் அணுகி எளிதாகப் பெற்றுக் கொள்ள முடியும். டிஜிட்டல் நூலகம் என்பது 'ஒரு தகவல் மீட்டெடுப்பு ஒருங்கியம்' ஆகும்.

டிஜிட்டல் நூலகம் ஆனது எண்ணிம நூலகம், மின்னியல் நூலகம், மெய்நிகர் நூலகம் போன்ற பெயர்களாலும் அழைக்கப் படுகிறது.

ஏராளமான உள்ளடக்கங்களைச் சேகரித்து மேலாண்மை செய்வதும், அதனைப் பாதுகாத்துப் பயனர்களுக்குத் தேவைப்படும் போது தேவையான அளவில் எழுதப்பட்ட கொள்கை விதிகளின் படி அளிப்பதும் இதன் முக்கியப் பணி.

டெலோஸ் டிஜிட்டல் நூலகம் இதற்கு முன்மாதிரியாக இருக்கிறது.

இணையத்தில் மின் நூல்களை வெளியிடுவதில் மிகவும் பழமையானதாகக் கருதப்படுகிறது குட்டன்பெர்க் திட்டம். இது 1971ஆம் ஆண்டு தொடங்கப்பட்டது. இதில், இதுவரை 19 ஆயிரம் மின் நூல்கள் வெளியாகி உள்ளன.

மற்றும் பெர்சியஸ் திட்டம், ஐபிலியோ போன்றவையும் பழமையான எண்ணிம நூலகங்களாக அறியப்படுகின்றன.

புத்தகங்கள், கட்டுரைகள், ஆய்வுக் குறிப்புகள், வெளியீடுகள் போன்றவற்றைப் பெரும்பாலான கல்வி நிலையங்கள் சேகரித்து வைக்கின்றன. அவற்றை 'கல்விக் களஞ்சியம்' என்பர். இலவசமான கல்விக் களஞ்சியங்கள் சில நேரங்களில் டிஜிட்டல் நூலகம் என்றும் அழைக்கப்படுகின்றன.

1967ஆம் ஆண்டு அமெரிக்காவில் ஒகியோ கல்லூரி நூலக மையம் என்ற பெயரில் தொடங்கப்பட்ட அமைப்பு இது. தமது கிளை நூலகங்களின் துணையோடு உலகின் மிகப் பெரிய இணைய பொதுவான இணைப்பை உருவாக்கிப் பராமரித்து வருகிறது.

இது ஒரு கூட்டுறவு அமைப்பு. 170 நாடுகளைச் சேர்ந்த 72 ஆயிரம் நூலகங்களும், ஆவணக் காப்பகங்களும், அருங்காட்சியகங்களும் இதில் உறுப்பினர்களாக உள்ளன.

பின்னர் 2003ஆம் ஆண்டு ஐக்கிய நாடுகள் கல்வி அறிவியல் மற்றும் கலாச்சார அமைப்புக்கான யுனெஸ்கோ தனது நிலையான பிரதிநிதிக் குழுவை அமெரிக்காவில் அமைத்தது. அமெரிக்க நாடாளுமன்றமான காங்கிரஸின் நூலகர் முனைவர் ஜேம்ஸ்.எச். பில்லிங்டன், அந்நாட்டின் ஆணையாளராக யுனெஸ்கோவினால் நியமிக்கப்பட்டார்.

2005ஆம் ஆண்டு ஜுன் மாதம் யுனெஸ்கோ துவக்க நாள் கருத்தரங்கில் அழைப்பின் பேரில் சென்று உலக மின் நூலகம் ஒரு பார்வை என்ற தலைப்பில் உரையாற்றினார்.

அப்போது, 'நிறுவனங்கள், நூலகங்கள், அருங்காட்சியகங்கள் சேகரித்து வைத்துள்ள அரிய உள்ளடக்கங்களை எளிதில் அணுகும் விதமாக இருக்க வேண்டும். அத்துடன் இலவசமாகப் பெறக்கூடிய வகையில் புதிய வடிவில் திரும்ப இந்த உலகிற்கு அளிக்கத் தகுந்த அமைப்பாக உலக மின் நூலகம் செயல்பட வேண்டும்' என்று விளக்கினார்.

அரசு மற்றும் தனியார் பங்களிப்புடன் தொடங்கப்பட்ட உலக மின் நூலகத்திற்கு 2005ஆம் ஆண்டு கூகுள் நிறுவனம் உதவி புரிந்தது.

பில்லிங்டனின் தொலைநோக்கு சிந்தனையை நிறைவேற்ற ஒரு செயல் திட்டத்தைக் காங்கிரஸ் நூலகத்தில் உள்ள உலக மின் நூலக முதுநிலை ஆலோசகர் முனைவர் ஜான் வான் ஔடென்ரேன் கருத்தரங்கு ஒன்றில் வாசித்தார்.

உலக மின் நூலகமானது தனது பங்குதாரர்களை முதன்மையான நான்கு திட்டப்பணிகளில் ஊக்குவிக்க வேண்டும் என்றார் அவர். தொழில் நுட்ப கட்டமைப்பு, தேர்வு செய்தல், நிர்வகித்தல், நிதியளித்தல் ஆகியவை அந்தத் திட்டமாக இருக்க வேண்டும் என்றும் யோசனை தெரிவித்தார்.

Tamil Electronic Library
தமிழ் மின்நூலகம்

2006ஆம் ஆண்டு டிசம்பர் மாதம் பாரிசில் நடைபெற்ற உலக மின் நூலக வளர்ச்சி குறித்த மாநாட்டில் இக்குறிக்கோள் வடிவமைக்கப்பட்டது. நான்கு திட்டப் பணிகளில் உள்ள தனிப்பட்ட சிக்கல்களை ஆராயத் தனித்தனியான பணிக் குழுக்கள் அமைக்கப்பட்டன.

2007ஆம் ஆண்டு முற்பகுதியில் ஒன்று கூடி மின் நூலகத் துறையில் உள்ள தொழில் வல்லுநர்களையும் சேர்த்துக் கொண்டது. ஒவ்வொரு நாடுகளில் இருந்தும் பணிக்குழுவினருக்கு உதவிகள் வழங்கப்பட்டன.

2009ஆம் ஆண்டு உலக மின் நூலகம் தொடங்கப்பட்டது. அப்போது பல்வேறு காட்சிப்படுத்துதல்கள் சேர்க்கப்பட்டன.

செஞ்சியின் கதை என்பது 11ஆம் நூற்றாண்டு ஜப்பானைச் சேர்ந்த கதை. இது உலகிலேயே முதன் முதலாக எழுதப்பட்ட புதினம் என்று கருதப்படுகிறது. அத்துடன் குழந்தை ஏசுவின் முதல் அசுடெக் குறிப்புகள், அல்ஜீப்ரா கணித வடிவமைப்பில் பயன்படுத்தப்பட்ட பழமை வாய்ந்த அரபு மொழி நூல்கள், எட்டாயிரம் ஆண்டுகள் பழமை வாய்ந்த ஆப்பிரிக்க ஓவியமான ரத்தம் சிந்தும் மான். அமெரிக்கா சென்று முதன் முறையாக குறிப்பிட்டு உருவாக்கப்பட்ட வால்டுசீமுல்லர் வரைப்படம். மொழி பெயர்க்கப்பட்ட விவிலியம் ருசிய குருவால் அலுசியன், மாலி நாட்டில் கிடைத்த இஸ்லாமிய கையெழுத்துப் பிரதி, லுமியர் சகோதரர்கள் உருவாக்கிய உலகின் முதல் திரைப்படம், இந்திய அரசியலமைப்புச் சட்டத்தின் கல்வெட்டு ஒளிப்படம் போன்ற பல்வேறு நூல்கள் உலக மின் நூல்கள் துவங்கப்பட்ட போது காட்சிப்படுத்தலில் சேர்க்கப்பட்டன.

கம்ப்யூட்டரையும் இணையத்தையும் அதிகமாகப் பயன்படுத்தும் உலக மொழிகளில் செம்மொழித் தமிழும் ஒன்று. இன்று இணையத்தில் மின்னியல் நூலகம் உருவாக்கி அதனை வெளியிட்டு உலகத் தமிழ் மக்களுக்கும் பிற மொழியாளர் களுக்கும் முன்னோடியாகத் திகழ்வது தமிழ் மொழியாகும்.

அந்த வகையில் தமிழ் மின் நூலகம் இணையத்தில் பரவலாக இடம்பெற்றுள்ளது குறிப்பிடத்தக்கது.

தமிழ் இணையக் கல்விக் கழகத்தின் மின் நூலகம், தமிழ் இணையக் கல்விக் கழகப் பாடத்திட்டத்தில் சேர்ந்து, பயில்வோர் மற்றும் உலகு தழுவி வாழும் தமிழர்கள் அனைவரது பயன் பாட்டிற்காகவும் உருவமைக்கப்பட்டுள்ளது.

இந்த மின் நூலகத்தில் நூல்கள், அகராதிகள், பிற பார்வைக் கூறுகள் என்னும் 3 பிரிவுகள் உள்ளன

நூல்கள் பிரிவில் சங்க காலம் முதல் தற்காலம் வரையிலான இலக்கண, இலக்கிய நூல்கள் அனைத்தும் இடம்பெற்றுள்ளன.

இந்த மின் நூல்களின் சிறப்பு, நூலகத்திலுள்ள நூல்களின் பாடு பொருள், தேடு பொருள் போன்றவற்றை எளிய முறையில் தேடிப் பெறும் வகையில் வடிவமைக்கப்பட்டு இருப்பதாகும். இந்த வசதி ஆய்வாளர்களுக்குப் பெரும் உதவியாக இருக்கும்.

அகராதிகள் பிரிவின் கீழ், தமிழ் - தமிழ், தமிழ் - பிறமொழி கள், பிற மொழிகள் - தமிழ், நிகண்டுகள் போன்ற பல அகராதி கள் இடம்பெறுகின்றன.

கலைச்சொற்கள் பிரிவில் சமுதாயவியல், கலை மற்றும் மானுடவியல், அறிவியல், மருத்துவவியல், தகவல் தொழில் நுட்பவியல், சட்டவியல், கால்நடை மருத்துவவியல், பொறியியல், மனையியல், உயிரிய தொழில் நுட்பவியல் மற்றும் வேளாண்மைப் பொறியியல் போன்ற பல துறைகளின் கலைச் சொற்கள் இடம் பெற்றுள்ளன. சுமார் 2 இலட்சம் கலைச் சொற்கள் வரை தேடுதல் வசதியுடன் தளத்தில் காணப்படுகின்றன.

தமிழ் மின் நூல்களுக்கான தளங்கள் சில உள்ளன. அவை என்னவென்று பார்க்கலாம்.

மதுரைத் திட்டம் - பழந்தமிழ், தற்கால நூல்கள்

நூலகம் திட்டம் - ஈழத்து நூல்கள், சஞ்சிகைகள் (இதழ்கள்)

தமிழ்நாடு அரசு பாடப் புத்தகங்கள்

தமிழ் இணையப் பல்கலைக்கழகம்

தமிழ் மரபு அறக்கட்டளை

கீற்று (சிற்றிதழ்கள்)

ஊடறு (பெண்களின் நூல்கள்)

பெரியார் மின் நூல் தொகுப்புத் திட்டம்

பெரியார் நூல்கள்

சமண மின்னூல்கள்

வள்ளலார் நூல்கள்

தமிழமுதம்

நிலாச்சாரல்

நாள் ஒரு நூல்

சென்னை நூலகம்

தமிழைக் கற்கவும், கற்பிக்கவும், ஆய்வு செய்யவும் தேவையான ஆறாயிரத்திற்கும் மேற்பட்ட பழமையான தமிழ் நூல்கள் முதல் தற்கால நூல்கள் வரை சேகரித்து வைத்துள்ளார் 85 வயது முதியவரான தமிழப்பன் என்பவர்.

'உலகத்தமிழ் மின் நூலகம்' என்ற பெயரில் ஒரு மின் நூலகம் அமைக்கும் முயற்சியில் ஈடுபட்டுள்ள இவர், ராமநாத புரம் மாவட்டம் தேவகோட்டையை அடுத்த தாணிச்சாவூராணி என்னும் கிராமத்தைப் பூர்வீகமாகக் கொண்டவர்.

தற்போது அவருக்கு நிலையான ஓர் இடம் கிடையாது. தான் சேகரித்து வைத்துள்ள ஆறாயிரத்திற்கும் மேற்பட்ட தமிழ் நூல்களை எடுத்துக்கொண்டு அவற்றை கம்ப்யூட்டர் மயமாக்கும் பணிக்காக எங்கு உதவி கிடைக்கிறதோ அங்கு சென்றுவிடுகிறார்.

அவரிடம் உள்ள தமிழ் நூல்கள் மட்டுமல்லாது இன்னும் பல்லாயிரம் தமிழ் நூல்களைச் சேகரித்து கம்ப்யூட்டர் மயமாக்கி உலகத்தமிழ் மின்நூலகம் அமைக்க வேண்டும் என்பதில் குறியாக உள்ளார்.

சங்க இலக்கியங்கள் முதல் தற்போதைய தமிழ்ப் புத்தகங்கள் வரை வைத்துள்ள இவருக்கு. பணியில் இருக்கும்போதே தமிழ் மீது அதீத ஆர்வம் இருந்தது. 1800ஆம் ஆண்டுகளில் பதிப்பிக்கப்பட்ட அரிய தமிழ் நூல்கள் பல இவரிடம் உள்ளன.

1858ஆம் ஆண்டு பதிப்பிக்கப்பட்ட திருப்பாடல் திரட்டு, 1885ஆம் ஆண்டு பதிப்பிக்கப்பட்ட மாயூரகிரி புராணம், 1889ஆம் ஆண்டு பதிப்பிக்கப்பட்ட திருக்குறள் மூலமும் பரிமேலழகர் உரை, 1891ம் ஆண்டு பதிப்பான வைத்திய அகராதி, 1893ஆம் ஆண்டு பதிப்பான தமிழ்ப் பேரகராதி போன்ற நூற்றுக் கணக்கான பழைய நூல்கள் இவரிடம் உள்ளன.

கல்வெட்டு, வரலாறு, வேளாண்மை, சங்க இலக்கியங்கள், ஜோதிடம் உள்ளிட்ட பல்வேறு தலைப்புகளின் கீழ் 6 ஆயிரத்திற்கும் மேற்பட்ட புத்தகங்களை வைத்துள்ள அவர், தற்போது அவற்றைப் பாதுகாப்பதற்காக உலக மின் நூலகம் அமைத்திட ஆவலாக உழைத்து வருகிறார்.

7 தமிழ் இணைய மாநாடுகள்

பொதுவாக எந்தவொரு அமைப்பும் தோன்றுவதற்கு முன்பாக மக்கள் மத்தியில் அதன் சிறப்புகளைக் கொண்டு சேர்க்க வேண்டியது மிக முக்கியம். அவர்களின் ஆதரவைப் பெற்றால் மட்டுமே தனது நிலைப்பாட்டைத் தக்க வைத்துக் கொள்ள முடியும்.

அதற்கு என்ன செய்ய வேண்டுமென்றால் மாநாடுகள், கருத்தரங்குகள் போன்றவற்றின் மூலம் மக்களிடம் கொண்டு சேர்க்க வேண்டும்.

தமிழ் இணையதளங்கள் அதிகமாகத் தோன்றிய காலக் கட்டத்தில் அதன் வளர்ச்சிப் பணியை எட்டுவதற்குப் பல கருத்தரங்குகளும், மாநாடுகளும் அரசு மற்றும் தனியார் அமைப்பு களால் நடத்தப்பட்டன.

உலகத் தமிழ் தகவல் தொழில்நுட்ப மன்றம் என்னும் அமைப்பு தமிழ் இணைய மாநாடுகளை நடத்தி வருகிறது. இந்த அமைப்பு உலகின் பல்வேறு நாடுகளில் 14 தமிழ் இணைய மாநாடுகளை இதுவரை நடத்தியுள்ளது.

முதல் உலகத்தமிழ் இணைய மாநாடு 1997ஆம் ஆண்டு மே மாதம் 17 மற்றும் 18ஆம் தேதிகளில் சிங்கப்பூரில் நடைபெற்றது.

சிங்கப்பூரின் பிரபல நான்யாங் பல்கலைக்கழகப் பேராசிரியர் நா. கோவிந்தசாமி இதற்கான முன்முயற்சிகளை மேற்கொண்டார். 'தமிழ் இணையம் 97' என்னும் பெயரில் நடைபெற்ற இந்த மாநாட்டில் கருப்பொருளும் கலந்தாய்வும் இடம்பெற்றன.

இணைய தளங்களில் தமிழ்ப் பொருண்மைகளை மிகைப்படுத்துதல், விசைப்பலகையைத் தரப்படுத்துதல், தமிழ் எழுத்துரு குறியீட்டைத் தரப்படுத்துதல், இணைய தளங்களையும், இணைய தளப்பக்கங்களையும் தரப்படுத்துதல் போன்றவை இடம்பெற்றன.

இம் மாநாட்டில் எழுத்தாளர் சுஜாதா, அண்ணா பல்கலைக்கழகக் கணிப்பொறி பேராசிரியர் வி.குப்புசாமி இலங்கைப் பல்கலைக்கழகப் பேராசிரியர் எஸ்.டி. நந்தசாரா, சுவிட்சர்லாந்தின் கு. கல்யாணசுந்தரம், எழுத்தாளர் மாலன், பென்ஸில்வேனியப் பல்கலைக்கழகத் தமிழ்ப் பேராசிரியர்கள் ரால்டு ஷிஃப்மேன் மற்றும் வாசு அரங்கநாதன், மலேசிய நாட்டுக் கணிப்பொறியாளர் முத்து நெடுமாறன், சிங்கப்பூர் நான்யாங் பல்கலைக்கழகப் பேராசிரியர்கள் நா. கோவிந்தசாமி மற்றும் டேன் டின், ஆப்பிள் மென்பொருள் நிறுவனர் என். அன்பரசன் ஆகியோர் கலந்து கொண்டு தங்களின் ஆக்கப்பூர்வமான கருத்துக்களை முன்வைத்தனர்.

தொடர்ந்து 1999ஆம் ஆண்டு பிப்ரவரி மாதம் 7 மற்றும் 8 தேதிகளில் இரண்டாம் உலகத் தமிழ் இணைய மாநாடு சென்னையில் நடைபெற்றது. மாநாட்டிற்கு அன்றைய தமிழக முதல்வர் முத்தமிழ் அறிஞர் கலைஞர் மு. கருணாநிதி முன்னிலை வகித்தார்.

'தமிழ் இணையம் 99' என்று பெயர் சூட்டப்பட்ட இம்மாநாட்டின் வரவேற்புக் குழுத் தலைவராக மத்திய அரசின் அன்றைய வணிகம் மற்றும் தொழில்துறை அமைச்சர் முரசொலி மாறன் அவர்கள் இருந்தார்.

மாநாட்டில் தமிழ் எழுத்துருக் குறியீட்டுத் தரப்பாடு, தமிழ் விசைப்பலகைத் தரப்பாடு, கணிப்பொறி, பல்லூடகம் மற்றும் இணையம் கணிப்பொறியின் பிற பயன்பாடுகள் ஆகியவற்றில் தமிழ் மொழியின் இன்றைய பயன்பாட்டு நிலை என்ற பொருண்மைகளில் கருத்தரங்கம் நடைபெற்றது.

தமிழ்நாட்டிலுள்ள பல்வேறு கல்வியாளர்கள், தமிழ் ஆர்வலர்கள், கணிப்பொறி வல்லுநர்கள், சொற்செயலியை உருவாக்கியவர்கள், ஆய்வாளர்கள் மாநாட்டில் கலந்து கொண்டனர்.

மேலும் சிங்கப்பூர், மலேசியா, இலங்கை, கனடா, பிரான்ஸ், சுவிட்சர்லாந்து ஆகிய நாடுகளின் அரசு உறுப்பினர்களும் பங்கேற்றனர்.

அறிவியல் தமிழ் எழுத்து முறையை உலகம் முழுவதிலும் இணையத்தில் பயன்படுத்த வேண்டும் என்பது மாநாட்டில் வலியுறுத்தப்பட்டது. அம்முறையில் ஆங்கில - தமிழ்க் கலப்பு எழுத்துரு முறையாக 'டாம்' (TAM) வகை அறிமுகப்படுத்தப் பட்டது.

அத்துடன், தமிழ் மென்பொருள் ஆய்வு மானியக்குழு அமைப்பதற்கான தீர்மானமும் நிறைவேற்றப்பட்டது.

தமிழின் ஒலி வடிவம், வரி வடிவம் அறிவியல் மொழியாக மட்டுமின்றிப் பொருளியல் மொழியாகவும் இயங்கச் செய்தல்

போன்ற ஆய்வுக்கட்டுரை கம்ப்யூட்டர் திரைக் காட்சிகள் இடம்பெற்றன.

தமிழ் மென்பொருள் வளர்ச்சி நிதிக்காக 5 கோடி ரூபாய் ஒதுக்கப்படுவதாக முதல்வர் கருணாநிதி மாநாட்டில் அறிவித்தார்.

ஓராண்டுக்குள் ஓராயிரம் சமுதாய இணையங்களை நிறுவுவதற்கும் அரசு படிவங்கள் எல்லாம் தமிழ் இணையத்தின் மூலம் தடையின்றிக் கிடைப்பதற்கும் வழிவகை செய்யப்படும் என்றும் அவர் தெரிவித்தார்.

மாநாட்டில் பேராசிரியர் நா. கோவிந்தசாமி, கனடா சீனிவாசன், இலங்கையைச் சேர்ந்த யாழின் சண்முகலிங்கம், ஜப்பானைச் சேர்ந்த மியாமர்மின் போன்ற வெளிநாட்டு அறிஞர்கள் கலந்துகொண்டனர்.

மூன்றாம் உலகத் தமிழ் இணைய மாநாடு 2000வது ஆண்டு ஜூலை மாதம் 22 மற்றும் 23ஆம் தேதிகளில் சிங்கப்பூரில் நடைபெற்றது. சிங்கப்பூர் தேசியப் பல்கலைக்கழகப் பேராசிரியர் அருண்மகிழ்நன் மாநாட்டின் ஒருங்கிணைப்பாளராகச் செயல் பட்டார். மாநாட்டில் 'இன்ஃபிட்' (INFITT) என்று சுருக்கமாக அழைக்கப் பெறும் 'சர்வதேச தமிழ் தகவல் தொழில்நுட்ப அமைப்பு' (International Forun for Information Technology in Tamil) தொடங்கப்பட்டது. அதற்கான இணையதளமும் உருவாக்கப்பட்டது.

மாநாட்டில் இணையதளப் பெயர்கள், தமிழ் எழுத்து கலைச் சொல்லாக்கம் ஆகியவை பற்றி விவாதிக்கப்பட்டது.

ஒளி எழுத்துப் படிப்பான் மூலமாக ஓலைச்சுவடிகளைப் பாதுகாத்து இணையத்தில் தொகுக்க முனைவர் நா. கண்ணன் தலைமையில் தமிழ் மரபு அறக்கட்டளை என்னும் அமைப்பு ஒன்று துவங்கப்பட்டது.

மாநாட்டில் ஐம்பது ஆய்வுக் கட்டுரைகள் வாசிக்கப்பட்டன.

நான்காம் உலகத் தமிழ் இணைய மாநாடு 2001ஆம் ஆண்டு ஆகஸ்டு மாதம் 23, 24 மற்றும் 25ஆம் தேதிகளில் மலேசியத் தலைநகர் கோலாலம்பூரில் நடைபெற்றது.

தமிழை மின் வணிக மொழியாக்குதல், நெட் (NET) ஃபார் (FOR), லைஃப் (LIFE) என்னும் கம்ப்யூட்டர் கல்வித்திட்டத்தை வகுத்தமைத்து பள்ளிக் குழந்தைகள், மழலையர், நடுவர், முதியோர்

என மூன்று நிலைகளில் வழங்குதல் போன்ற பொருட்களில் கலந்தாய்வு நடைபெற்றது.

மேலும் தற்போதைய தமிழ் எழுத்துரு சிக்கல்கள் மொழி பெயர்ப்பிகள், தமிழ் ஒளி எழுத்துப் படிப்பான் ஆகியவை முக்கிய விவாதங்களாக எடுத்துக் கொள்ளப்பட்டன.

ஓலைச்சுவடிகளைப் பாதுகாத்து அவற்றைக் கம்ப்யூட்டர் மயமாக்கி இணையத்தில் தொகுக்கத் 'தமிழ் மரபு அறக்கட்டளை' என்னும் அமைப்புத் துவங்கப்பட்டது.

உலகளவில் நூற்றுக்கணக்கான அறிஞர்கள் கலந்து கொண்ட இம்மாநாட்டில் ஐம்பது ஆய்வுக் கட்டுரைகள் வாசிக்கப்பட்டன.

ஐந்தாம் உலகத் தமிழ் இணைய மாநாடு அமெரிக்காவின் கலிபோர்னியாவில் டாஸ்டர் நகரில் 2002ஆம் ஆண்டு செப்டம்பர் மாதம் 27, 28 மற்றும் 29 ஆகிய நாட்களில் நடை பெற்றது.

மாநாட்டின் கருப்பொருளாக மின் இணையப் பயன் பாட்டில் மக்களிடையே நிலவும் இடைவெளியைக் குறைப்பதைப் பற்றியதாக இருந்தது.

தமிழ்த் தகவல் தொழில்நுட்பக் கண்காட்சி உள்ளிட்ட பல திட்டப்பணிகள் மாநாட்டில் ஆய்வு செய்யப்பட்டன.

மேலும் தமிழ் இணையம் மற்றும் தமிழ்க் கணினி சார்ந்த தொழில்நுட்ப வணிகச் சிக்கல்கள் பற்றி விவாதிக்கப்பட்டன. மின் அஞ்சல் இணையதளங்கள் வழி தகவல் பறிமாற்றம், இணைய வழிக் கல்வி, இணைய வழி நூலகங்கள், மின் வணிகம் போன்ற தலைப்புகளில் விவாதங்கள் நடைபெற்றன.

ஆறாம் உலகத் தமிழ் இணைய மாநாடு 2003ஆம் ஆண்டு ஆகஸ்டு மாதம் 22 மற்றும் 23ஆம் தேதிகளில் சென்னை அண்ணா பல்கலைக்கழகத்தில் நடைபெற்றது. சென்னையில் இரண்டாவது முறையாக இம்மாநாடு நடைபெற்றது குறிப்பிடத் தக்கது.

தமிழ்க் கல்விக்குத் தகவல் தொழில்நுட்பம் என்னும் பொரு ளில் கட்டுரைகள் வாசிக்கப்பட்டு விவாதங்கள் நடைபெற்றன.

தமிழ்த் தகவல் தொழில்நுட்ப வளர்ச்சியை மக்கள் பார்வைக்குக் கொண்டு செல்லுதல், கல்லூரி மாணவர்களின்

தமிழ்த் தகவல் தொழில்நுட்ப ஆர்வத்தை ஊக்குவித்தல், தமிழ்த் தகவல் தொழில்நுட்பப் பயன்பாட்டில் பள்ளி மாணவர்களை ஈடுபடுத்துதல், தரப்படுத்தப்பட்ட தமிழ் எழுத்து விசைப் பலகை ஆகியவற்றை அனைவரும் பயன்படுத்தும் வகையில் விழிப்புணர்வு ஊட்டுதல், கணினித் தமிழ் தொழில்நுட்ப வளர்ச்சிகளைக் கருத்தரங்கில் கலந்தாய்வு செய்தல், தமிழ் மொழிக்கான உரோம வரிவடிவத்தினைத் தரப்படுத்துதல், தமிழ் எழுத்துச் சீர்திருத்தம் பற்றி ஆராய்தல் போன்றவை குறித்து மாநாட்டில் விவாதிக்கப் பட்டன.

ஏராளமான தமிழ் அறிஞர்கள் பங்கேற்ற இம்மாநாட்டில் 58 ஆய்வுக் கட்டுரைகள் வாசிக்கப்பட்டன.

ஏழாம் உலகத் தமிழ் இணைய மாநாடு மீண்டும் சிங்கப்பூரில் 2004ஆம் ஆண்டு டிசம்பர் மாதம் 11 மற்றும் 12 ஆகிய தேதிகளில் நடைபெற்றது.

எதிர்காலத் தமிழ்த் தகவல் தொழில்நுட்பம் என்னும் பொருளில் தொழில்நுட்ப வளர்ச்சிப் பணிகள் பற்றிய கலந்தாய்வு நடைபெற்றது.

இம்மாநாட்டிலும் உலகம் முழுவதிலும் இருந்து நூற்றுக் கணக்கான தமிழ் அறிஞர்கள் பங்கேற்று 38 ஆய்வுக் கட்டுரைகள் வாசிக்கப்பட்டன.

எட்டாம் உலகத் தமிழ் இணைய மாநாடு நான்கு ஆண்டு களுக்குப் பிறகு 2009ஆம் ஆண்டு அக்டோபர் மாதம் 23, 24 மற்றும் 25ஆம் தேதிகளில் நடைபெற்றது.

ஜெர்மனியில் கொலோன் பல்கலைக்கழகத்தில் நடைபெற்ற மாநாட்டில் 'கணினி வழிக் காண்போம் தமிழ்' என்னும் பொருளை முக்கியமாகக் கொண்டு விவாதங்கள் நடைபெற்றன.

ஒன்பதாம் உலகத் தமிழ் இணைய மாநாடு தமிழகத்தில் கோவையில் 2010ஆம் ஆண்டு ஜுன் மாதம் 23, 24 மற்றும் 25ஆம் தேதிகளில் நடைபெற்றது.

இம்மாநாட்டில் தமிழ்க் கணினியம், தமிழ் இணையம் ஆகியவற்றின் அண்மைக்கால முன்னேற்றங்கள் குறித்துத் தீவிரமாக விவாதங்கள் நடைபெற்றன.

மேலும் கால மாற்றத்திற்கேற்ப வளர்ந்துவரும் புதிய சிந்தனைகளுக்கு வடிவம் தரும் வகையிலான தீர்வுகளை நோக்கி முன்னேறவும் வழிவகுக்கப்பட்டன.

உலகத் தமிழ் இணைய மாநாட்டில் அறிஞர்கள்

இம்மாநாட்டில் கணினித் தமிழ் மொழியைக் கற்றல் மற்றும் கற்பித்தல் தொடர்பாக 21 ஆய்வுக் கட்டுரைகள் வாசிக்கப் பட்டன.

இணைய வழிக் கல்வி தொடர்பாக 6 ஆய்வுக் கட்டுரைகள் இடம் பெற்றன.

கணினி மொழியியல் தொடர்பாக 21 ஆய்வுக் கட்டுரை களும், கணினி வழித் தமிழ்மொழிச் சொற்திருத்திகள் தொடர்பாக 6 ஆய்வுக் கட்டுரைகளும் வாசிக்கப்பட்டன.

கணினியில் தமிழ்ப் பேச்சு மற்றும் சொற்பகுப்பு குறித்து 13 ஆய்வுக் கட்டுரைகளும், தமிழ் மின் தரவு மற்றும் மின் அகராதிகள் குறித்து 12 ஆய்வுக் கட்டுரைகளும் இடம் பெற்றன.

இணையத் தொழில் நுட்பத்தில் தமிழ்மொழி செயலிகள் என்ற பொருளில் 5 ஆய்வுக் கட்டுரைகள் இடம் பெற்றுள்ளன.

மொத்தமாக 16 தலைப்புகளில் 140 கட்டுரைகள் வாசிக்கப் பட்டன.

இதுவரை நடந்து முடிந்த இணைய மாநாடுகளிலேயே இந்த மாநாட்டில் தான் அதிகமான கட்டுரைகள் வாசிக்கப்பட்டன. இந்த இணைய மாநாட்டில் வலைப்பூக்களின் வரவும், பங்களிப்பும், தமிழ் விக்கிப்பீடியா, தமிழ் மரபு அறக்கட்டளை, வலைப்பூக்களின் திரட்டிக் குழு போன்ற தலைப்புகளில் விவாதங்களும் நடைபெற்றன.

அத்துடன் இணையக் கண்காட்சியும் இடம் பெற்றது.

இம்மாநாட்டில் வாசிக்கப்பட்ட அனைத்துக் கட்டுரைகளும் உலகம் முழுவதும் உள்ள தமிழர்கள் கண்டு கேட்டு மகிழும் வகையில் உத்தமம் இணைய முகவரியில் கோப்புகளாகச் சேமித்து வைக்கப்பட்டுள்ளது.

பத்தாவது உலகத் தமிழ் இணைய மாநாடு அமெரிக்காவின் பென்சில்வேனியாப் பல்கலைக் கழகத்தில் 2011ஆம் ஆண்டு ஜுன் மாதம் 17, 18 மற்றும் 19 ஆகிய தேதிகளில் நடைபெற்றது.

'கணினியினூடே செம்மொழி' என்னும் பொருள் முக்கியமாக எடுத்துக் கொள்ளப்பட்டது.

கணினி இணையம் வழி தமிழ் மொழி கற்றல், கற்பித்தல், செயற்கைத் திறனாய்வு, கணினி மொழியியல் மின் அகராதி, வலைப் பூக்கள், கல்வெட்டுத் தமிழ், பேச்சுத் தமிழ், மொழிக் கொள்கை உள்ளிட்ட பல்வேறு தலைப்புகளில் கட்டுரைகள் வாசிக்கப்பட்டு விவாதிக்கப்பட்டன.

பதினோறாவது உலகத் தமிழ் இணைய மாநாடு தமிழகத்தின் சிதம்பரம் அண்ணாமலைப் பல்கலைக் கழகத்தில் 2012ஆம் ஆண்டு டிசம்பர் மாதம் 28, 29 மற்றும் 30 ஆகிய நாட்களில் நடைபெற்றது.

மாநாட்டில் செல்பேசி மற்றும் பலகைக் கணினிகளில் தமிழ்க் கணினி என்ற பொருண்மையில் விவாதம் நடைபெற்றது.

மொத்தம் 72 கட்டுரைகள் வாசிக்கப்பட்டன.

இணையம் தொடர்பாக 12 கட்டுரைகளும், மென்பொருள் கள் தொடர்பாக 8 கட்டுரைகளும், தரவுகள் தொடர்பாக 7 கட்டுரைகளும் வாசிக்கப்பட்டன.

மேலும், கணினி மொழியியல், இயற்கை, மொழிபெயர்ப்பு தொடர்பாக 8 கட்டுரைகளும், கல்வி தொடர்பாக 27 கட்டுரைகளும் படிக்கப்பட்டு விவாதிக்கப்பட்டன.

பன்னிரெண்டாவது உலகத் தமிழ் இணைய மாநாடு மலேசியத் தலைநகர் கோலாலம்பூரில் உள்ள முதன்மைப் பல்கலைக்கழகமான மலாயாப் பல்கலைக்கழகத்தில் நடைபெற்றது. 2013ஆம் ஆண்டு ஆகஸ்டு மாதம் 15 முதல் 18ஆம் தேதி முடிய இம்மாநாடு நடைபெற்றது.

முந்தைய இணைய மாநாடுகளைப் போலவே கருத்தரங்கு, கண்காட்சி, மக்கள் கூடம் என்று மூன்று முனைகள் இங்கும் அமைந்திருந்தது.

கம்ப்யூட்டர் மற்றும் இணையம் தொடர்பாகத் தமிழின் பயன்பாடுகள் பற்றிய ஆய்வுகள் உலகம் முழுவதும் பரவிக் கிடக்கும் தமிழர்களிடையே விழிப்புணர்வை ஏற்படுத்தும் வகையில் உத்தமம் என்னும் அமைப்பு உலகத் தமிழ் இணைய மாநாடுகளைத் தொடர்ந்து நடத்தி வருகிறது.

செல்பேசிகள் மற்றும் பலகைக் கணினிகளில் முக்கியமாக ஐ.ஓ.எஸ், திறன்பேசி மற்றும் விண்டோஸ் தளங்களில் தமிழைப் படித்தல், தமிழில் எழுதுதல் போன்ற கட்டுரைகள் வாசிக்கப் பட்டன.

மின் நூல்கள், மின் இதழ்கள் ஆகியவற்றைக் கைக் கருவிகளில் கொண்டுவர உதவும் செயலிகள் மற்றும் தொழில் நுட்பம் குறித்தும் விவாதிக்கப்பட்டன.

தமிழ் இணையத்தின் தற்போதைய நிலை, வலைப்பதிவு, சமூக வலைத்தளங்கள், விக்கிப்பீடியா, குரல் வலை போன்றவை குறித்தும் மாநாட்டில் பேசப்பட்டது.

உலகத் தமிழ் இணைய மாநாட்டின் முகப்பு முத்திரை

மாநாட்டில் மொத்தம் 101 ஆய்வுக் கட்டுரைகள் வாசிக்கப் பட்டன. அவை கணினி மொழியியல், இயற்கை மொழி ஆய்வு, மொழிக் கருவிகள், இணையமும் மென்பொருளும், செல்பேசிகள் கல்வி ஆகிய துறைகளின் கீழ் அமைந்திருந்தன.

மொத்தம் 18 அமர்வுகளாக இந்தக் கட்டுரைகள் வாசிக்கப் பட்டு அவை மீதான விவாதங்களும் நடைபெற்றன.

தமிழ்த் தகவல் தொழில்நுட்பத்துக்கும் மொழியியலுக்குமான சார்வதேச ஆய்விதழ் ஒன்றைத் தொடங்கத் தீர்மானிக்கப்பட்டது.

ஆசிரியர்களுக்கும் மாணவர்களுக்குமான மின் கல்வி இணைய தளத்தைத் தொடங்கவும், தமிழ்க் கணினி ஆய்வாளர் களுக்கும் ஆய்வு மாணவர்களுக்கும் உதவும் வகையில் அறிவுத் தளம் ஒன்றை ஆரம்பிக்கவும் முடிவுசெய்யப்பட்டது.

பதின்மூன்றாவது உலகத் தமிழ் இணைய மாநாடு புதுச்சேரியில் 2014ஆம் ஆண்டு செப்டம்பர் மாதம் 19, 20 மற்றும் 21 ஆகிய தேதிகளில் நடைபெற்றது.

தமிழ்க்கணினி வல்லுநர்கள் முந்நூறுக்கும் மேற்பட்டோர் கலந்து கொண்டு இந்த மாநாட்டில் கட்டுரைகள் வாசித்தனர். சிறப்பு அமர்வுகளில் கணினி வல்லுநர்கள் கணினி இணையம் கையடக்க கருவிகளில் தமிழ்ப்பயன்பாடு குறித்து சிறப்புரை ஆற்றினார்கள்.

தமிழ் இணைய மாநாடு மூன்று பிரிவுகளாக நடைபெற்றன. முதல் பிரிவில் கணினி வல்லுநர்கள் கலந்து கொள்ளும் கருத்தரங்கம் இடம்பெற்றது.

இரண்டாவது பிரிவில் பொது மக்களுக்குப் பயன்படும் மென்பொருள்கள் இணையம், கணினி குறித்த நூல்கள், கல்வி நிறுவனங்கள், வேலைவாய்ப்பு நிறுவனங்கள் கலந்து கொள்ளும் கண்காட்சி அரங்கு ஆகியவை இடம்பெற்றன.

மூன்றாவது பிரிவில் பொதுமக்களுக்கும் மாணவர்களுக்கும் பயன்படும் வகையில் கணினி, இணையம், கையடக்கக் கருவிகளில் தமிழ்ப்பயன்பாடு குறித்த செயல்முறை விளக்கம் தரும் தன்னார்வத் தொண்டர்கள் நிறைந்த மக்கள் அரங்கம் இடம் பெற்றது.

பதினான்காவது உலகத் தமிழ் இணைய மாநாடு 2015ஆம் ஆண்டு மே மாதம் 30, 31 மற்றும் ஜூன் மாதம் 1ஆம் தேதி வரை நடைபெற்றது.

சிங்கப்பூர் சிம் பல்கலைக்கழகத்தில் நடைபெற்ற இந்த மாநாட்டில் மின்னகராதி, மின் நூலகம், தமிழ் இணைய வலைப்பூக்கள், விக்கிப்பீடியா, சமூக இணைய தளங்களில் தமிழ், திறன்பேசி, விண்டோஸ், தமிழில் குறுஞ்செயலிகளை உருவாக்குதல், கணினி இணையவழி தமிழ்க் கல்வி கற்றல், கற்பித்தல் போன்றவை குறித்து இம்மாநாட்டில் கலந்துரையாடல் நடைபெற்றது.

பதினைந்தாவது உலகத் தமிழ் இணைய மாநாடு தமிழகத்தின் திண்டுக்கல் அருகே உள்ள காந்திகிராமத்தில் காந்தி கிராமியப் பல்கலைக் கழகத்தில் 2016ஆம் ஆண்டு செப்டம்பர் மாதம் 9, 10 மற்றும் 11 ஆகிய தேதிகளில் நடைபெற்றது.

'கணினியெங்கும் தமிழ், கணினியெதிலும் தமிழ்' என்பது இந்த மாநாட்டின் கருப்பொருளாக அமைந்திருந்தது.

தமிழ் இணையம், தமிழ் வலைப்பூக்கள், விக்கிப்பீடியா, சமூக இணையதளங்கள், தமிழ் மின்நூலகங்கள், மின்பதிப்புகள், இணைய, கணினிவழி தமிழ்நூல்கள் ஆய்வு, தமிழ் மின்வணிகம் மற்றும் பிற தமிழ்ப் பயன்பாட்டு நோக்குடன் தயாரிக்கப்பட்ட கணினி மென்பொருள்கள் போன்ற தலைப்புகளில் கட்டுரைகள் வாசிக்கப்பட்டு, அவை குறித்து விவாதங்களும் நடைபெற்றன.

பதினாறாவது உலகத் தமிழ் இணைய மாநாடு கனடாவின் டொரண்டோ பல்கலைக்கழகத்தில் 2017ஆம் ஆண்டு ஆகஸ்ட் மாதம் 25, 26 மற்றும் 27 ஆகிய தேதிகளில் நடைபெற்றது.

மாநாட்டில் 'ஆழ்தமிழின் அழகும் ஆழக்கற்றல் திறனும்' மற்றும் 'தமிழில் தரவு அறிவியல்' ஆகியவை முக்கியக் கருத்துக்களாக முன்வைக்கப்பட்டிருந்தன.

ஆழக்கற்றல் ஆய்வுக் கட்டுரை முக்கிய விவாதமாக எடுத்துக் கொள்ளப்பட்டது. கூகுள், யாகூ போன்ற நிறுவனங்கள் எவ்வாறு ஆழக்கற்றல் முறையைக் கண்டுபிடித்து, எப்படிப் பயன்படுத்துகின்றன என்பது குறித்து பேசப்பட்டது.

வணிக அடிப்படையில் தமிழ்க் கணினி வளரவேண்டிய முக்கியத்துவத்தைச் சுட்டிக்காட்டி தமிழ் மென்பொருள் தயாரிப்போர் எப்படி தங்கள் படைப்புக்களை வணிக ரீதியில் தயாரிக்க வேண்டும் என்பது குறித்தும் விளக்கப்பட்டது.

பதினேழாவது உலகத் தமிழ் இணைய மாநாடு கோவை வேளாண் பல்கலைக்கழகத்தில் 2018ஆம் ஆண்டு ஜூலை மாதம் 6, 7 மற்றும் 8 ஆகிய தேதிகளில் நடைபெற்றது.

மாநாட்டில் ஸ்மார்ட் போன்களில் தமிழில் உரையாடல், இயந்திர வழி தமிழ்க் கற்றல், எந்திர உதவியுடன் மொழி பெயர்ப்பு, ஆன்ட்ராய்டு மற்றும் வின்டோஸ் தளங்களில் தமிழ்ப் பயன்பாடுகளுக்கான முக்கியத்துவம், எழுத்துப்பிழை சரிபார்ப்பு, இலக்கணச் சரிபார்ப்பு போன்ற பல்வேறு தலைப்புகளில் கட்டுரைகள் வாசிக்கப்பட்டன.

பதினெட்டாவது உலகத் தமிழ் இணைய மாநாடு 2019ஆம் ஆண்டு செப்டம்பர் மாதம் 20, 21 மற்றும் 22ஆம் தேதிகளில் சென்னை அண்ணா பல்கலைக்கழகத்தில் நடைபெற்றது.

இணையத்தில் தமிழின் பங்காற்றல் இதன் மூலமாக அதிகரித்து வருவது மொழி வளர்ச்சிக்கு முக்கியமாகக் கருதப் படுகிறது என்பதே உண்மை.

‘தானியங்கிக் கருவிகளில் தமிழ்மொழிப் பயன்பாடு’ என்பதே இந்த மாநாட்டின் மையக் கருத்தாக இருந்தது.

இந்தியா, சிங்கப்பூர், மலேசியா, கனடா, ஆஸ்திரேலியா, அமெரிக்கா போன்ற நாடுகளில் வாழும் தமிழ் ஆர்வலர்கள், மற்றும் கணினி தொழில்நுட்ப வல்லுநர்கள் இணைந்து ஏற்படுத்திய உத்தமம் என்னும் ‘இன்ஃபிட்’ அமைப்பு இதுவரை 18 உலகத் தமிழ் இணைய மாநாடுகளை வெற்றிகரமாக நடத்தியுள்ளது.

8 மின் நூல்

மின்னணுப் புத்தகங்கள் இன்றைய தொழில் நுட்ப உலகில் புகழின் உச்சம்பெற்று விளங்குகின் றன. மின் நூல்கள் என்று அழைக்கப்படும் இவை மறுவெளியீடு செய்யப்பட்டு வாசகர்கள் மத்தியில் வெற்றி உலா வருகின்றன. புதிதாகப் பதிப்பிக்கப் படும் புத்தகங்கள், கட்டுரைகள் பலவும் மின் நூல்களாகத் தடம் பதிக்கின்றன.

மின் நூல் என்பது நூல் ஒன்றின் மின்னணு வியல் அல்லது எண்முறை பதிப்பாகும்.

புத்தகங்கள் என்றால் அழகிய வெள்ளைத் தாளில் அச்சிடப்பட்டு, தேவையான பக்கங்களில் கண்கவர் படங்களுடனும், அழகிய வண்ண

அட்டை சகிதமாக நூறு, இருநூறு பக்கங்கள் கொண்டதாக வாசகர்களின் கரங்களில் தவழ்கின்றன.

இந்த மாதிரியான புத்தகங்களைத்தான் நாம் எல்லோரும் அறிவோம்.

ஆனால் இணையத்தில் அசுர வளர்ச்சியை அடுத்து புத்தகங் களும் மாறிவிட்டன. அச்சுப்பதிப்பில் பைண்டிங் செய்யப்பட்டு நம் கரங்களில் தவழும் அதே மாதிரியான புத்தகங்கள், அதே மாதிரியான வடிவமைப்பில் இன்று மின் புத்தகங்களாக மாறி கம்ப்யூட்டர்களில் வாசிக்கப்படுகின்றன.

சாதாரண புத்தகங்களில் இடம்பெற்றுள்ள செய்திகளைப் போலவே கம்ப்யூட்டர் உதவியோடு தட்டச்சு செய்யப்பட்டு இணையத்தில் இடம்பெறச் செய்து அதை இணைய வழியில் படிக்கும்படியாக இந்த மின் புத்தகங்கள் உருவாகின்றன.

இணையத்தில் இருந்து இதைத் தரவிறக்கம் செய்து கம்ப்யூட்டரில் சேமித்து வைத்துக் கொண்டு தேவைப்படும்போது படிக்கும் நிலையில் மின் நூல்கள் காணப்படுகின்றன.

மின் நூல் முதன்முதலாக ஆக்ஸ்போர்டு ஆங்கில விளக்க உரையுடன் இலக்கணப்படி அச்சு வடிவிலான நூலாக வெளிவந்தது.

ஆங்கிலத்தில் முதன் முதலாக மின் நூலை வெளியிட்டவர் தாமஸ்அக்யூனஸ், ராபட்பூசா, பாப்ரோன் என்பவர்கள். 1930ஆம் ஆண்டில் மின் நூல்களை அடுத்தவர்கள் படிக்கின்ற வகையில் படத்துடன் கூடிய ஒளி நகர்வுடன் வெளியிட்டனர்

இதற்கு மாற்றாக டவ்ஏங்கல்பர்ட் என்ற வரலாற்று ஆசிரியர் 1960ஆம் ஆண்டு மற்றொரு ஆய்வுத்திட்டத்தில் நூல்களை வெளியிட்டார்.

அதனைத் தொடர்ந்து 1992ஆம் ஆண்டு சோனி நிறுவனம் டேட்டா டிஸ்க்மென் என்பதை அறிமுகப்படுத்தியது. இது வன்பொருளில் சேமிக்கும் வசதியைப் பெற்றது.

தமிழில் மின்புத்தகங்களை வாசிப்பதற்கான கணினி தொழில் நுட்பத்துடன் பெரிய நிறுவனங்களால் பல கருவிகளும், புதிய அம்சங்களும் கொண்டு வரப்பட்டுள்ளன. அவற்றைப் பயன்படுத்தி மின் நூலை வாசிக்கலாம்.

மின் நூலை வாசிப்பதற்கென்று வன்பொருளும், மென்

பொருளும் உருவாக்கப்பட்டுள்ளன. அந்த வன்பொருள் களிலும், மென் பொருள்களிலும் மின் நூலை வாசிக்கும்போது பக்கத்தைப் பெரிதாகவும் சிறியதாகவும் மாற்றமுடியும்.

மின் நூல் என்பது நூல்களின் மென்வடிவம் மட்டுமல்ல அதனை எளிதில் படிப்பதற்கும், எடுத்துச் செல்வதற்கும் காகிதமற்ற மின்வழியாக அமைந்துள்ளது. நூல்களை விட்ட இடத்தில் இருந்து தொடர்ந்து படிக்கும் வசதியும் இதில் உள்ளது.

உலகளவில் முதன்மை நிலையில் இருக்கும் மின் நூல்கள், இன்று பெரும்பாலும் உலக மொழிகள் அனைத்திலும் சிறப்பான முறையில் உருவாக்கப்பட்டு வருகின்றன. அதிலும் குறிப்பாகத் தமிழ் மொழியில் இன்று மிகப் பெரிய அளவில் மின் நூல்கள் பயன்பாட்டுக்கு வந்து ஆதிக்கம் செலுத்தி வருகின்றன.

தனியாகவும், குழுவாகவும் இணைந்து மின் நூல்களை வடிவமைத்து வெளியிட்டு வருகிற நிலைப்பாடு இன்று அதிகரித்து வருகிறது. தனியார் புத்தக நிறுவனங்கள் பலவும் மின் நூல்கள் வடிவமைப்பில் அதிக ஆர்வம் காட்டி வருகின்றன.

மின் நூல்கள் பல்வேறு அமைப்பில் வெளியிடப்பட்டு வருகின்றன.

பிடிஎஃப், இணைய அமைப்பு, இபப், முபி ஆகிய நான்கு அமைப்புகளில் காணப்படுகின்றன. இவை நான்கும் கம்ப்யூட்டர் மற்றும் கையடக்கக் கருவிகளிலும் இயங்கக்கூடியவை.

பிடிஎஃப் அமைப்பில் உள்ள மின் நூலை வாசிப்பதற்கு பிடிஎஃப் ரீடர் என்னும் வாசிப்புச் செயலி தேவைப்படுகிறது.

இணைய அமைப்பில் மின் நூலை வாசிப்பதற்கு உலாவி என்னும் செயலி தேவைப்படுகிறது.

இபப் அமைப்பில் மின் நூலை வாசிப்பதற்கு இபப் ரீடர் என்னும் வாசிப்புச் செயலி தேவை.

தாளில் அச்சிட்டு வெளியிடுவதற்காக வடிவமைக்கப்பட்ட ஒரு நூலை அச்சுக் கருவியில் அச்சிடுவதற்குப் பதிலாக மின்வடிவில் சேமிப்பதை பிடிஎஃப் என்கிறோம்.

ஊடகத்தில்தான் மாற்றம் இருக்கிறதே அல்லாமல் நூல் வடிவமைப்பில் மாற்றம் ஏதும் இருப்பதில்லை. அட்டைப் படம், உள்ளடக்கம், பக்க எண்கள், பின்னூட்டம் முதலிய நூற்

கூறுகள் அனைத்தும் அச்சு வடிவ நூலில் எவ்வாறு பதிக்கப் படுகின்றனவோ அவ்வாறே பிடிஎஃப் நூலிலும் பதிக்கப் படுகின்றன.

சாதாரண புத்தகங்களில் விரல்களைப் பயன்படுத்தி தாள்களைப் புரட்டிப் படிக்க வேண்டும். மின் நூலிலி விரல்களைப் பயன்படுத்திப் பக்கங்களைப் புரட்டுவதற்குப் பதில் திரையில் காணப்படும் பக்கங்களைச் சுட்டிப் புரட்ட வேண்டும்.

பிடிஎஃப் வாசிப்புக் கருவியில் தோன்றும் பக்கத்தைப் பெரிதாகவோ சிறிதாகவோ மாற்றிப் படிக்கலாம். ஆனால் பக்கத்தின் அமைப்பு அவ்வாறே தான் இருக்கும்.

எழுத்துக்களைப் பெரிதாக்கலாம் அல்லது சிறிதாக்கலாம். அதற்கேற்றாற்போல் படங்களின் அளவும் பக்கத்தின் அளவும் மாற்றப்படும். ஆனால் பக்கத்தின் தோற்றம் மாறாமல் அப்படியே இருக்கும்.

ஒரு பக்கத்தில் பத்து வரிகளும், இரு படங்களும், இருந்தால் எத்தனை அளவு மாற்றம் செய்தாலும் அதே பக்கத்தில் உள்ள வரிகளும், பக்கங்களுமே தெரியும். அடுத்த பக்கத்தில் உள்ள வரிகள் இந்தப் பக்கத்தில் வராது. அதேபோல அந்தப் பக்கத்தில் உள்ள வரிகள் அடுத்தப் பக்கத்திற்கும் போகாது.

பிடிஎஃப் மின் நூல்களை உருவாக்குவது மிகவும் எளிதாகும். அச்சிடுவதற்கான நூலை வடிவமைக்கும் அதே செயலியில் இருந்து பிடிஎஃப் மின் நுல்களைச் சேமிக்கலாம்.

மைக்ரோசாப்ட், அடோப் இன்டிசைன் முதலிய செயலிகள் பொருத்தமானவை. கோப்புகளை பிடிஎஃப் ஆக சேமிப்பதற்கு பிடிஎஃப் ரைட்டர் என்னும் செயலி தேவை.

இவ்வகை செயலிகள் இலவசமாகவே கிடைக்கின்றன.

பிடிஎஃப் அமைப்பில் சேமிக்கப்பட்ட மின் நூலில் ஒரு சில வசதிகளை மட்டுமே சேர்க்கலாம் அடோப் அக்ரோபட் போன்ற செயலிகளைக் கொண்டு உள்ளடக்கம் பக்கத்தில் உள்ள தலைப்புகளை நூலில் உள்ள பக்கங்களோடு இணைக்கலாம்.

இதுபோன்று சிறுசிறு முன்னேற்றங்களைத் தவிர பிடிஎஃப் மின் நூல்களில் வேறு எந்த புதுமையையும் செய்ய முடியாது.

இப்படித்தான் பிடிஎஃப் அமைப்பு செயல்படுகிறது.

இணைய அமைப்பைப் பொருத்தமட்டில் அது உருவாக்கப் படும் மின் நூல் மீயுரை குறியீடு என்னும் ஹைப்பர் டெக்ஸ்ட் மொழியில் வடிவமைக்கப்பட்ட நூலாகும்.

ஓர் இணையதள உருவாக்கத்திற்குப் பயன் படும் அதே தொழில் நுட்பங்களைக் கொண்டே இந்த வகை மின் நூல்களும் உருவாக்கப்படுகின்றன.

இணையத்தில் தமிழ் மின் நூல்களைப் பதிவேற்றும் திட்டங்கள் பல ஆண்டுகளுக்கு முன்பே தொடங்கப் பட்டன. மதுரைத் திட்டம், நூலகத் திட்டம், சென்னை நூலகத் திட்டம் முதலியவை நூற்றுக்கணக்கான தமிழ் நூல்களை இணையத்தில் பதிப்பித்து வருகின்றன.

இணையத் தொழில்நுட்பம் என்பதால் எந்தவிதக் கணினிகளிலும் இந்த மின் நூல்களை வாசிக்கலாம். தமிழ் எழுத்துரு மற்றும் உலாவி இருந்தாலே போதும்.

பொதுவாகக் கணினிகளில் உள்ள விண்டோஸ், லினக்ஸ் ஆகியவற்றில் தமிழ் மின் நூல்களைப் படிக்கும் வாய்ப்பு இயல்பாகவே உள்ளது.

சி.எஸ்.எஸ். மற்றும் ஜாவா ஸ்க்ரிப்ட் ஆகிய கணினி மொழிகளின் உதவியோடு புத்தகத்துடன் வாசகர்கள் ஊடாடுவதற்கான வசதிகளையும் சேர்க்கலாம்.

தாளில் அச்சிடப்பட்ட புத்தகத்தைப் புரட்டுவதைப் போன்ற உணர்வு, படங்களையும், எழுத்து வரிகளையும், ஓரிடத்தில் இருந்து மற்றோர் இடத்திற்கு நகர்த்துதல், அருஞ்சொற்களைத் தேர்வுசெய்து அவற்றிற்கான பொருளை இன்னோரு கட்டத்தில்

காணுதல், குறிப்பிட்ட சொற்கள் வரும் பக்கங்களைத் தேடுதல் முதலிய பல வசதிகளை இணைய அமைப்பிலான மின் நூல்களில் சேர்க்கலாம்.

இணைய அமைப்பிலான மின் நூல்களில் பல புதுமை களைச் செய்வதற்கான வாய்ப்பு இருந்தாலும் சில குறைகளும் உள்ளன.

பிடிஎஃப் நூலில் அனைத்துப் பக்கங்களும் ஒரே கோப்பில் அடங்குவதுபோல் இணைய அமைப்பிலான நூலில் உள்ள பக்கங்கள் அடங்குவதில்லை. இந்த நூலில் பயன்படுத்தப்படும் படங்கள் தனித்தனியே வெவ்வேறு கோப்புகளில் சேமிக்கப் படுகின்றன.

நகர்ப்படங்கள், ஒலிப்பதிவுகள் அனைத்தும் தனித்தனி கோப்புகளில் சேமிக்கப்பட வேண்டும். இணையத் தொடர்பு இல்லாதபோது இந்த நூலை வாசிப்பதாக இருந்தால் இந்த நூலுக்குத் தேவைப்படும் அனைத்துக் கோப்புகளும் கணினியில் பதிவிறக்கம் செய்யப்பட வேண்டும்.

இணைய அமைப்பில் இதுபோன்று குறைகளைக் களைவதற்காகவும் மின் நூலுக்கென்றே சில சிறப்பு அம்சங்களைச் சேர்ப்பதற்காகவும் உருவாக்கப்பட்டதுதான் இபப் எனும் புதிய அமைப்பு.

இபப் என்பது நவீன மின் நூல்களை வெளியிடுவதற்காக அனைத்துலக மின்பதிப்புக் குழுமத்தால் உருவாக்கப்பட்ட ஓர் இலவச கட்டற்ற திறந்தவெளி மின்தரம் என்கின்றனர்.

இணைய அமைப்பில் இருக்கும் அனைத்து வசதிகளையும் பயன்படுத்தி மின் நூலுக்கென்றே சில புதிய வசதிகளைச் சேர்த்து ஒரே கோப்பில் பதிப்பிக்கும் வாய்ப்பை இந்த இபப் அமைப்பு கொண்டுள்ளது.

மின் நூல்களைக் கணினிகளில் மட்டுமின்றி கையடக்கக் கருவிகளிலும் வாசிக்கும் வாய்ப்பை இபப் ஏற்படுத்தியுள்ளது. மின் நூல்களை வாசிப்பதற்காகவே சில கருவிகள் சிறப்பாகத் தயாரிக்கப்பட்டுள்ளன.

மூபி அமைப்பும் இபப் போன்றதே ஆகும். ஆனால் திறந்த நிலைக் கோப்பு அல்லாமல் அமேசான் நிறுவனத்தின் கிண்டில் கருவியில் மட்டும் படிக்கமுடியும்.

மேற்குறிப்பிட்ட எல்லா அமைப்புகளிலும் தமிழ் மின் நூல்களைத் தயாரிக்கலாம். வின்டோஸ், லினக்ஸ் போன்ற கணினிகளில் தமிழ் எழுத்துருக்கள் இயல்பாக இருப்பதால் அனைத்துக் கணினிகளிலும் இந்த நூல்களைப் படிக்கும் வாய்ப்பு உள்ளது. ஆனால், எல்லா கணினிகளிலும் அதே எழுத்துரு அமைந்திருக்கும் என்பதற்கு உத்தரவாதம் கிடையாது.

தற்போது ஃபிளாஷ் என்ற மென்பொருளைப் பயன்படுத்தி தமிழ் மொழியில் அமைந்த எந்தவொரு கோப்பையும் மின் புத்தகமாக எளிதில் மாற்ற முடிகிறது. இதன் மூலம் மின் நூலை எளிதில் படிக்க முடிகிறது. அதிகமான பக்கங்களையும், படங்களையும், இணைக்கும் வாய்ப்பும் உள்ளது.

2001ஆம் ஆண்டு ஆகஸ்ட் மாதம் 27ஆம் நாளன்று தமிழ் மரபு அறக்கட்டளை முதன்முதலாகத் தமிழில் மின் நூலை வெளியிட்டதாகக் கருதப்படுகிறது.

2003ஆம் ஆண்டு 'முதல்வன்' என்ற பெயரில் மின் நூல் ஒன்று வெளியிடப்பட்டது. காந்திகிராமத்தில் உள்ள காந்திய கிராமிய பல்கலைக்கழகத்தில் தமிழ்த்துறையில் உதவிப் பேராசிரியராகப் பணியாற்றி வரும் சி. சிதம்பரம் என்பவர்தான் இதனை வெளியிட்டவர்.

9 இணைய இதழ்கள்

இணையதளத்தில் மற்றொரு சிறப்பம்சமாகத் திகழ்வது இணைய இதழ்கள் ஆகும். இணையத்தில் மட்டுமே பதிவேற்றப்படும் இதழ்கள்தான் இணைய இதழ்கள் என்று அழைக்கப்படுகிறது.

இதழியல் என்பது செய்திப் பரிமாற்றத்தின் முக்கிய அங்கம். தொடக்கக் காலங்களில் அச்சுத்துறை மூலமாகவே இதழியல் வெளியாகி நடப்புச் செய்திகள் முதல் அறிவியல், வரலாறு என்று பல்வேறு அம்சங்களையும் மக்களிடையே கொண்டு சேர்த்து அறிவு விருத்தியடையச் செய்தது.

ஜூலியஸ் சீசர் தனது தினசரி நிகழ்வுகளையும், அலுவலகக் குறிப்புகளையும் தவறாமல் எழுதிவைத்தார்.

இதுவே இதழியல் துறையின் ஆரம்ப காலக்கட்டம்.

இதுவே காலப்போக்கில் அச்சு இயந்திரம் கண்டுபிடிக்கப் பட்ட பிறகு அவற்றின் மூலம் செய்திகள் அச்சிட்டு வெளியாகத் தொடங்கியது.

இதழியலின் அடுத்த வளர்ச்சி இதுவே.

கால மாற்றம் ஏற்பட்டு அனைத்து வாழ்க்கை முறைகளும் தலைகீழாகப் புரண்டுபோன நிலையிலும் அச்சுத்துறை மட்டும் வீழ்ச்சி அடையாமல் உறுதியாக நின்றுகொண்டிருக்கிறது. அதுவே இதன் சிறப்பம்சம்.

அச்சுத்துறையைத் தொடர்ந்து ஒலி அமைப்பின் மூலம் இதழியல் வளர்ச்சி அடைந்தது. வானொலியை இதற்கு உதாரணமாகச் சொல்லலாம்.

அப்புறம் ஒளி அமைப்பின் மூலம் இதழியல் மற்றொரு முன்னேற்றக் களத்தை எட்டியது. திரைப்படம், தொலைக்காட்சி போன்றவற்றை உதாரணமாகக் கூறலாம்.

தற்போது கம்ப்யூட்டர் என்னும் விதமாக இதழியல் அறிவியல் முன்னேற்றத்தை எட்டியுள்ளது.

20ஆம் நூற்றாண்டின் இறுதிவாக்கில் மின்னச்சு சாதனங் களின் வளர்ச்சியால் 'இணைய இதழியல்' என்னும் புதிய துறை உருவாகிற்று.

இவ்வாறு சில காலத்திற்குள் அற்புதமான வளர்ச்சியைத் தொட்டுள்ள இதழ்கள், இன்று இணைய இதழ்களாகப் பரிணமித்து உலகை உள்ளங்கைக்குள் கொண்டுவந்து சேர்த்து விட்டது.

1969ஆம் ஆண்டு தோன்றிய தகவல் தொடர்புப் புரட்சி காரணமாக இணையம் உதயமானது.

எனவே இணையம் தோன்றியது 1969ஆம் ஆண்டு என்பதை நாம் அறிந்துகொள்ள முடியும்.

1970ஆம் ஆண்டு இணைய இதழியல் துறை முதன் முதலாகத் தோன்றியது. ஐசக் அசிமோஷ் என்பவர் அறிவியல் தகவல்களை வடிவமைப்பதற்காகக் கம்ப்யூட்டரைப் பயன்படுத்தத் தொடங்கினார்.

அதே ஆண்டில் இரு வகையான இணைய இதழியல்

சாதனங்கள் வெளியிடப்பட்டன. அவை டெல் டெக்ஸ்ட் (Tell Text) மற்றும் வீடியோ டெக்ஸ்ட் (Video Text) ஆகும்.

தொடர்ந்து உலகம் முழுவதும் உள்ள நிறுவனங்களை இணைக்கக்கூடிய பைநெட் மற்றும் இன்டர்நெட் என்ற இரு மின்னணு இணையத் தொடர்புத் திட்டங்கள் வரையறுக்கப் பட்டன.

1985ஆம் ஆண்டு டெக்சாஸ் நகரில் உள்ள ஹுஸ்டன் பல்கலைக்கழகத்தின் ரோட்மோர்காக் என்ற பேராசியர், 'பைநெட் சைக்கோலாக்சி நியூஸ் லெட்டர்' என்னும் முதல் மின்னணு இதழை வெளியிட்டார்.

1992ஆம் ஆண்டு ஆறு மின்னணு இதழ்கள் கணிப்பான் இணைத் தொடர்கள் மூலம் சந்தாதாரர்களுக்கு மட்டும் கிடைத்தன.

எலெக்ட்ரானிக்ஸ் ஸ்கை ரைட்டிங் அறிமுகமான பின்னர் இணையத்தில் தமிழ் இதழ்கள் வலம்வரத் தொடங்கின.

இணைய இதழ்களின் தோற்றமும் வளர்ச்சியும் நாளுக்குநாள் வளர்ந்து கொண்டே இருக்கிறது. அதிலும் இப்பூவுலகில் பல்வேறு சாதனைகளை நிகழ்த்திவரும் நம் தமிழர்கள், இணைய இதழ்களிலும் அபார சாதனை படைத்து வருகின்றனர்.

குறிப்பாகப் புலம்பெயர்ந்த தமிழர்கள் இணைய இதழியலில் தமிழ் மொழியின் பங்காற்றலை அறிமுகப்படுத்தி அரும்பெரும் சேவையாற்றி உள்ளனர்.

தமிழ் மொழியைப் பேசவும், கேட்கவும், மொழிகளிலுள்ள கூறுகளைத் தமிழ் இணைய இதழ்களின் மூலமாகவும், மின்னஞ்சல் மூலமாகவும் அனுப்பி செய்திகளை அறிந்து கொள்ள தமிழ் இணைய இதழ்கள் உருவாக்கப்பட்டுள்ளன.

செய்திகள் மற்றும் பொழுதுபோக்கு அம்சங்களை முறையாக நம்பகமான வகையில் இணையம் ஊடகத்தின் வழியே நிகழ்த்தப்படுவதைத்தான் இணைய இதழியல் என்று அழைக்கிறார்கள். இதனை நவீன இதழியல் என்றும் குறிப்பிடலாம்.

இணையத்தில் மட்டுமே வெளியாகும் அனைத்து தமிழ் இணைய இதழ்களையும், தமிழில் வெளியாகும் வலைப்பூக்களை யும் 'தமிழ் இணையச் சிற்றிதழ்கள்' என்று வகைப்படுத்தலாம்.

இணையத்தில் நுழைந்த முதல் இந்திய மொழி என்னும் பெருமை நம் தமிழுக்கு உண்டு. 1986ஆம் ஆண்டு பிப்ரவரி மாதம் தமிழ் இதழ் ஒன்று இணையத்தில் பதிவேற்றப்பட்டதாக அறியப்படுகிறது.

முதலில் தங்களால் கண்டுபிடிக்கப்பட்ட தமிழ் எழுத்துக் களைப் பயன்படுத்தி மின்னஞ்சல் அனுப்பித் தங்களுக்குள் உறவை வளர்த்து வந்தனர். அத்துடன் தாய்த் தமிழ் மொழியையும் நன்றாக வளர்த்து வந்தனர்.

1992 மற்றும் 1993ஆம் ஆண்டுகளில் 'அ' என்னும் ஓர் தமிழ் இலக்கிய மின்னிதழ் இணையத்தில் வலம் வந்தது.

இதுவே தமிழின் முதல் மின் இதழ் என்று கூறப்படுகிறது. ஆனால் 'தேனி' என்ற இதழ்தான் தமிழின் முதல் மின் இதழ் என்றும் சிலர் கூறுகின்றனர்.

வேறு சிலர் வேறு வேறு இதழ்களை முதல் இதழாகக் கருதுகின்றனர்.

இவ்வாறு மாறுபட்டக் கருத்துக்கள் இருந்தாலும் இணையத்தில் தமிழ் மின் இதழ்கள் குறிப்பிட்ட அளவு வளர்ச்சியைப் பெற்று வருகிறது என்பது மட்டும் உண்மை.

அச்சு இதழ்கள் பின்னர் இணைய இதழ்களாக மாற்றப் பட்டு இணையத்தில் பதிவேற்றப்படுகின்றன.

அவ்வாறு இல்லாமல் இணையத்திற்காகவே தயாரிக்கப்பட்டு இணையத்திலேயே பதிவேற்றப்படுகிற தமிழ் இதழ்களும் உண்டு.

இணையத்தில் நேரடியாக முதலில் தொடங்கப்பட்ட தமிழ் மின் இதழ் என்னும் பெருமையை 'தினபூமி டாட் காம்' பெறுகிறது. தினசரி நாளேடாக விளங்கும் இந்த இதழ் இணையத்திற்காகவே பிரத்யேகமாகத் தயாரிக்கப்படுகிறது.

அதனைத் தொடர்ந்து 1996ஆம் ஆண்டு மே மாதம் 1ஆம் நாளன்று 'தமிழ் சினிமா டாட் காம்' என்னும் இணைய இதழ் தொடங்கப்பட்டது. ஆண்டோ பீட்டர் என்பவரால் இந்த மின் இதழ் தொடங்கப்பட்டது.

1996ஆம் ஆண்டிற்குப் பிறகே தமிழ் இணைய இதழ்களின் வளர்ச்சி வேகம் பிடித்தது. அச்சில் வெளியாகும் சிற்றிதழ்களைப் போலவே இணையத்திலும் ஏராளமான இதழ்கள் வெளிவரத் தொடங்கின.

சிற்றிதழ்களைப் போல குறைவான வாசகர்களை மட்டுமே சென்றடைய முடியும் என்கிற நிலைமை இல்லாமல் இணைய இதழ்களுக்கான எல்லை விரிவாக உள்ளது.

சாதி, மதம், இனம், நாடு போன்ற அனைத்தையும் கடந்து தாய் மொழியின் மீது வைத்திருக்கும் அதிஉன்னத பற்று காரணமாகவே தமிழில் இணைய இதழ்கள் அதிகமாகத் தோன்றிக் கொண்டே இருக்கின்றன.

இன்றைக்கு இணையத்தில் மட்டும் அச்சு வடிவ இணைய இதழ்களும், இணையத்தில் வடிவ இதழ்களும் 200க்கும் மேல் வலம் வந்து கொண்டிருக்கின்றன.

ஆன்மீகம், சமூகம், அரசியல், இலக்கியம், ஆய்வு, பகுத்தறிவு, பெண்கள், சமையல், நகைச்சுவை, திரைப்படங்கள், அறிவியல், தொழில்நுட்பம், வணிகம், சோதிடம், சிறுவர் கவிதை, மருத்துவம், நூலகம், திருமணம், பல்சுவை, பாலியல் உறவுகள், சங்க அமைப்புகள், தனிமனிதர் கருத்துக்கள் எனப்பல வகையான கருத்துக்கள் இணைய இதழ்களில் வெளியாகின்றன.

எனினும் இணையத்தைப் பயன்படுத்தும் பலருக்கும் தமிழில் இலக்கிய ஆர்வம் குறைவாக இருக்கிறது என்பது மறுக்க முடியாத உண்மை.

அல்லது இலக்கிய ஆர்வமிக்கவர்கள் பலரும் இன்னும் இணையத்தின் பக்கமாகத் தங்கள் பார்வையைத் திருப்பாமல் இருக்கிறார்கள் என்றும் வைத்துக் கொள்ளலாம்.

அவர்கள் பழமை விரும்பிகளாக இருக்கிறார்கள் என்றாலும் தொழில்நுட்பத்தின் வேகத்திற்கு அவர்களால் ஈடுகொடுக்க முடியாமல் இருக்கிறது என்பதையும் நாம் ஏற்றுக்கொள்ளத்தான் வேண்டும்.

அச்சில் வெளியாகும் இதழ்களை புதிய மற்றும் வளரும் எழுத்தாளர்களால் நெருங்க முடியவில்லை. காரணம் வணிக நோக்கம் அவர்களிடம் மிகுந்து காணப்படுகிறது.

ஆனால் இணைய இதழ்கள் புதிய எழுத்தாளர்களுக்கு மேடை அமைத்துக் கொடுக்கின்றன. அத்துடன் எழுதுவதற்கான நல்ல பயிற்சிக் களமாகவும் அவை அமைந்துள்ளன.

எனவே தான் இணைய இதழ்கள் இளைய சமுதாயத்தின் ஏகோபித்த ஆதரவைப் பெற்று வேகமாக வளர்ந்து வருகிறது.

இளைய சமுதாயத்தின் தமிழ் ஆர்வத்தைத் தூண்டும் விதமாகவும் அவர்களின் ஆர்வத்தை அணையாமல் பாதுகாக்கும் விதமாகவும் செயல்பட்டு வருகின்றன.

இணைய இதழ்களின் அசுர வளர்ச்சி காரணமாக அதிக வாசகர்களைக் கொண்டு அச்சுப் பிரதியாக வெளியாகும் பிரபல நாளிதழ்கள் மற்றும் வார, மாத இதழ்களும் இணைய இதழ்களாகவும் வலம் வருகின்றன.

இணையத்தில் வெளியாகும் வலைப்பூக்களையும் தமிழ் இணையச் சிற்றிதழ்கள் என்கிற ஒரு வரையறைக்குள் கொண்டு வரலாம்.

தமிழர்களின் வீடுகளில் திண்ணை அமைத்துக் கட்டுவது என்பது பண்டைய மரபு. இந்த மரபு இன்றைய நாளில் பெரும் பாலும் இல்லாது மறைந்தே போய்விட்டது. ஆனாலும் குக்கிராமங்கள் பலவற்றிலும் இன்றும் பழைய வீடுகள் திண்ணை யுடனேயே காட்சி தருகின்றன.

திண்ணைகள் எதற்காக என்றால் உள்ளூர் செய்திகளை நான்கு பேர் சேர்ந்து அமர்ந்து விரிவாகப் பேசுவதற்காகத்தான். அத்தகைய திண்ணைகளில் அமர்ந்தபடியே உள்ளூர் விவகாரங்கள், தகராறுகள் அனைத்தும் தீர்வுக்கு வந்துவிடும் என்பதும் குறிப்பிடத்தக்க சிறப்பம்சம்.

உள்ளூர் செய்திகள் மட்டுமல்லாமல் நாட்டு நடப்புகளும்,

உலக நடப்புகளும்கூட இங்கே தீவிரமாக விவாதிக்கப்படும். அப்படித்தான் 'திண்ணை' இருந்து வந்தது.

எனவே இந்தத் 'திண்ணை'யை மறக்காமல் இருக்கும் பொருட்டு 'திண்ணை' என்னும் பெயரில் இணைய இதழ் ஒன்று வீறுநடை போட்டு வருகிறது. யார் வேண்டுமென்றாலும் எதை வேண்டுமென்றாலும் எழுத முடியும் என்பதால்தான் 'திண்ணை' என்ற பெயர் சூட்டியிருக்கின்றனர்.

இது லாபநோக்கின்றி நடத்தப்படும் மின் இதழ். படைப்பாளிகளிடம் பணம் வாங்குவதும் இல்லை. அவர்களுக்குப் பணம் கொடுப்பதும் இல்லை.

அதேபோல வாசகர்களிடம் இருந்தும் கட்டணம் எதுவும் பெறாமல் இலவசமாகவே வழங்கப்படுகிறது.

வாரம்தோறும் வெள்ளிக்கிழமை அன்று புதுப்பிக்கப் படுகிறது. பல ஆண்டுகளாகத் தொடர்ந்து வெளியாகிக் கொண்டி ருக்கும் 'திண்ணை'யின் பழைய இதழ்களைப் பார்வையிடும் வசதியும் வழங்கப்பட்டுள்ளது.

கி.ராஜநாராயணன், அம்பை, கோபால் இராசாராம், அ.மார்க்ஸ், விக்கிரமாதித்தியன், காஞ்சனா தாமோதரன், வாஸந்தி, பாவண்ணன், பழ.நெடுமாறன், இன்குலாப், சா.கந்தசாமி, இந்திரா பார்த்தசாரதி, ஜெயபாரதன் முதலானோர் பலவகையில் தங்கள் படைப்புகளை திண்ணையில் வழங்கியுள்ளனர்.

'தட்ஸ் தமிழ்' என்னும் இணைய இதழ் ஒரு நாளிதழைப் போன்று வெளியாகிக் கொண்டிருக்கிறது. பல்துறை செய்திகள் வெளியாகினும் இலக்கியச் செய்திகளுக்கு அதிமுக்கியத்துவம் அளிக்கப்படுகிறது.

தமிழ் மட்டுமல்லாமல் மலையாளம், தெலுங்கு, கன்னடம், இந்தி, ஆங்கிலம் ஆகிய ஆறு மொழிகளில் மின் இதழாக வெளிவந்து கொண்டிருக்கிறது.

அண்மைச் செய்திகளாக உள்ளூர்ச் செய்திகள் முதல் உலகச் செய்திகள் வரை வெளியாகிறது. தவிர கவிதை, கட்டுரை, சிறுகதைகள் போன்ற இலக்கியங்களும் இடம்பெறுகின்றன. மேலும் திரைப்படத்துறையின் ஒளிப்படக் காட்சிகளையும் இதில் காணமுடிகிறது.

கவிதைகளுக்கென்றே வெளியாகும் வார மின் இதழ் 'வார்ப்பு'.

கி. ராஜநாராயணன்

1998ஆம் ஆண்டு 'நிக்குமோ நிக்காதோ' என்னும் பெயரில் தொடங்கப்பட்ட இந்த இதழ் பின்னர் 'வார்ப்பு' என்று பெயர் மாற்றம் பெற்றது.

கவிதைகள், விமர்சனங்கள், நேர்காணல்கள், கட்டுரைகள் என்று கலகலப்பாகக் காட்சிதரும் இந்த இதழில் புகழ்பெற்ற கவிஞர்களான அறிவுமதி, கனிமொழி போன்றோரின் கவிதைகள் வெளியாகி உள்ளது குறிப்பிடத்தக்கது.

இந்த இதழில் 'நூலகம்' என்னும் இணைப்பிற்குள் சென்றால் புதிதாக வெளியாகி உள்ள தமிழ் நூல்களைப் பற்றி சிறப்பான விமர்சனத்துடன் கூடிய தகவல்களை அறிந்து கொள்ளலாம்.

2000வது ஆண்டு முதல் கனடாவில் இருந்து வெளியாகிக் கொண்டிருக்கிறது 'பதிவுகள்' என்னும் இணைய இதழ். மாத

இதழாக விளங்கும் இதில் கவிதைகள், சிறுகதைகள், நாவல்கள், கட்டுரைகள், நூல் விமர்சனங்கள், அறிவியல், நூல் அங்காடி போன்ற இலக்கியம் சார்ந்த செய்திகள் இடம்பெறுகின்றன.

திண்ணையைப்போல மரத்தடியில் அமர்ந்து வெட்டிக்கதை பேசுவது உண்டு. கிராமப் பஞ்சாயத்துகளும்கூட மரத்தடியிலேயே நடைபெறுவது உண்டு. இந்த வழக்கங்கள் இன்று குறைந்து போனாலும் இன்னும் மிச்சம் மீதி இருந்துகொண்டு தான் இருக்கிறது.

அதை நினைவூட்டுகிற மாதிரி 'மரத்தடி' என்ற பெயரில் இணைய இதழ் ஒன்று இணையத்தில் வலம் வருகிறது. இதன் குழுமத்தில் அங்கம் வகிப்போர் மட்டுமே படைப்புகளை பதிப்பிக்க முடியும். அதேவேளையில் விருப்பம் உள்ளவர்கள் யாராக இருந்தாலும் இக்குழுமத்தில் உறுப்பினராக முடியும். கட்டணம் கிடையாது.

மரத்தடி இதழ் குறித்த நாட்களில் வெளியாகும் என்ற நிலை ஏதும் இல்லை. எப்போது வேண்டுமானாலும் வெளியாகும். கதை, கவிதை, கட்டுரை போன்றவற்றைத் தாங்கி வெளியாகிறது.

மாதந்தோறும் வெளியாகிறது 'தமிழம் நெட்' என்னும் மின் இதழ். தமிழறிஞர்களின் வாழ்க்கைக் குறிப்புகள், தமிழறிஞர்களின் படங்கள், அரிய புகைப்படங்கள், நூல் மதிப்புரை, இலக்கிய நிகழ்வுகள் என்பன போன்ற செய்திகள் இதில் இடம்பெறுகின்றன.

ஆங்கிலம் வழியாகத் தமிழ் கற்பிக்கின்ற அரும்பணியை யும் இது சிறப்பாகச் செய்து வருகிறது.

தமிழ்க்கூடல் என்னும் இணைய இதழ் தமிழ் ஆய்வாளர் களுக்குப் பயன்படும் வகையில் அமைந்துள்ளது. நூற்றுக்கும் மேற்பட்ட ஆய்வுக் கட்டுரைகள் இதில் இடம் பெற்றுள்ளன.

மேலும் இலக்கியம், சமூகம், அரசியல், பொருளாதாரம் போன்றவையும் இடம்பெறுகின்றன. அத்துடன் மரபுக் கவிதை, புதுக் கவிதை, ஹைக்கூ என்று பல கவிதைகளும் தமிழ்க்கூடல் மின் இதழில் காண முடிகிறது.

பிற இணைய இதழ்களில் இருந்து முற்றிலும் மாறுபட்டுக் காட்சியளிக்கும் இந்த இதழில் ஐம்பதுக்கும் மேற்பட்ட தமிழ்ச் சான்றோர்கள் பற்றிய சுருக்கமான தகவல்களையும் காணலாம்.

வாரந்தோறும் திங்கட்கிழமை அன்று வெளியாகும் மின் இதழ் 'நிலாச்சாரல்' ஆகும். கதை, கவிதை, தொடர்கள், சுவடுகள் போன்ற இலக்கியச் செய்திகளைத் தாங்கி வெளியாகிறது.

பூஞ்சிட்டு என்னும் பகுதியில் சிறுவர்களுக்கான கதைகள் வெளியாகின்றன.

பல்சுவை என்னும் தலைப்பில் கைமணம், கைமருந்து போன்றவை பதிவாகின்றன.

தமிழோவியம் என்னும் இணைய இதழ் வாரந்தோறும் வெளிவந்து கொண்டிருக்கிறது. கதை, கட்டுரை, கவிதை, திரை விமர்சனம், நூல் விமர்சனம் போன்ற செய்திகளோடு வெளியாகி வருகிறது. 'தமிழ் இபுக்' என்னும் இணைப்பும் இதில் உள்ளது. தமிழில் வெளிவரும் மின் நூல்களை இதில் வாசிக்கலாம்.

புதுச்சேரியில் இருந்து வெளிவருகிறது 'தெளிதமிழ்' என்னும் மின் இதழ். தலைசிறந்த தமிழறிஞர்களின் கவிதைகள், இலக்கண, இலக்கியம் சார்ந்த கட்டுரைகள், நூல்மதிப்புரை, தமிழ்சார்ந்த நிகழ்வுகள், பாடல் எழுதும் பயிற்சி போன்றவை இதில் இடம் பெறுகின்றன.

இணையத்தில் வாசிக்கும் பழக்கம் சீராக வளர்ச்சி அடைந்து வரும் நிலையில் இன்று நாளேடுகள், வார, மாத இதழ்கள் பலவும் இணையத்திலும் வலம்வரத் தொடங்கிவிட்டன.

சிற்றிதழ்கள் மட்டுமல்லாமல் பெரு வணிக இதழ்களும் இணையத்திற்குள் நுழைந்துவிட்டன. 1990களில் இருந்தே இந்த இணைய நுழைவு ஆரம்பமாகிவிட்டது.

தினத்தந்தி, தினமலர், தினகரன், தினமணி, தமிழ்முரசு, மாலைமலர், மாலைமுரசு போன்ற பிரபல இதழ்கள் பலவும் இணையத்தில் கிடைக்கின்றன. இவை அனைத்துமே அச்சில் எப்படி இருக்குமோ அப்படியே இம்மி பிசகாமல் இணையத்திலும் கிடைக்கின்றன. தினத்தந்தியைத் தவிர மற்ற மின் இதழ்கள் அனைத்தும் இலவசமாகவே படிக்க முடிகிறது.

பிரபல வார இதழ்களான குமுதம், விகடன், குங்குமம், கல்கி, நக்கீரன் போன்றவையும், அவற்றின் குழும இதழ்களும் இணையத்திலும் வெளியாகின்றன. ஆனால் அவை அனைத்துமே கட்டணம் செலுத்தி மட்டுமே வாசிக்க முடியும்.

இவை தவிர புதினம், சங்கதி, பதிவு, லங்காஸ்ரீ, தினக்குரல், உதயன், தட்ஸ்தமிழ், வெப் உலகம், சிஃபி.காம், பி.பி.சி., முதலான

தளங்கள் பல்வேறு வகையில் அன்றாடச் செய்திகளை நமக்கு அள்ளித் தருகின்றன.

இணைய இதழ்கள் அதிகம் வருவதால்தான் இன்று நம்மால் பல்வேறு இதழ்களையும் படிக்க முடிகிறது. காசு கொடுத்து பல இதழ்களை வாங்கிப் படிப்பது என்பது இயலாத ஒன்று. எனவே பல இதழ்களைப் படிப்பதால் மாற்றுக் கருத்துக்களையும் நம்மால் உள்வாங்க முடிகிறது. அதன்மூலம் உண்மையான கருத்து என்ன என்பதையும் நம்மால் புரிந்துகொள்ள முடிகிறது.

சாதாரண அச்சு இதழ்களைக் காட்டிலும் இணைய இதழ்களில் கூடுதல் பயன் என்னவென்றால் உலக அளவில் இது செல்கிறது. எனவே படைப்பாளியின் படைப்பு உலகம் முழுவதும் சென்றடைகிறது. எனவே உலகத் தமிழர்கள் அனைவரையும் ஒன்றிணைக்கும் முயற்சியையும் இணைய இதழ்கள் மேற்கொள்கின்றன.

அச்சு இதழ்களைப் பொருத்தமட்டில் ஒரு இடத்தில் இருந்து ஒருவர் மட்டுமே படிக்க முடியும். படித்த பிறகு சேமித்து வைப்பதற்கு வீட்டில் தனியாக இடம் வேண்டும். இதழ்களை வாங்குவதற்குப் பணமும் தேவை.

இந்த மாதிரியான பிரச்சனைகள் இணைய இதழ்களில் இல்லை. ஒரே நேரத்தில் ஒரு இதழை உலகின் பல பகுதிகளில்

இருந்து பலர் படித்துப் பயனடைய முடியும். செய்திகளைப் படிப்பதுடன் ஒலி வடிவில் கேட்கும் வசதியும் சில இணைய தளங்களில் உள்ளன.

தற்போது இணையத்தில் வலம் வந்து கொண்டிருக்கும் தமிழ் இணைய இதழ்களின் பட்டியலைப் பார்க்கலாம். இதில் பல இதழ்களின் விவரங்கள் விடுபட்டுப் போயிருந்தாலும் ஓரளவுக்கு முக்கியமான இணைய இதழ்களின் விவரங்கள் தொகுக்கப் பட்டுள்ளன.

தமிழில் சில இணைய தளங்களும், இதழ்களும்

1. தினமலர் (www.dinamalar.com)
2. தினகரன் (www.dinakaran.com)
3. தினத்தந்தி (www.dailythanthi.com)
4. குமுதம் (www.kumudam.com)
5. தட்ஸ் தமிழ் (http://thatstamil.oneindia.in)
6. மாலைமலர் (www.maalaimalar.com)
7. தினமணி (www.dinamani.com)
8. பதிவு (www.pathivu.com)
9. தமிழ் சினிமா.காம் (www.tamilcinema.com)
10. கணித்தமிழ் www.kanithamizh.com
11. ஆனந்தவிகடன் (www.vikatan.com)
12. நிதர்சனம் (www.nitharsanam.com)
13. வீரகேசரி (www.virakesari.lk)
14. யாழ்இணையம் (www.yarl.com)
15. அறுசுவை (www.arusuvai.com)
16. வெப்உலகம் (www.webulagam.com)
17. பி.பி.சி தமிழ் (www.bbc.co.uk/tamil)
18. சிஃபிதமிழ் (www.tamil.sify.com)
19. மாலைச்சுடர் (www.maalaisudar.com)
20. உதயன் (www.uthayan.com)

21. தமிழன் எக்ஸ்பிரஸ் www.tamilanexpress.com
22. தமிழ்.நெட் (www.tamil.net)
23. தமிழ்க்கூடல் (www.koodal.com)
24. தமிழ்பிலிம் மியூசிக் (www.tfmpage.com)
25. கருத்து (www.karuthu.com)
26. தேனி (www.thenee.com)
27. தினபூமி (www.thinaboomi.com)
28. தமிழ்மணம் (www.thamizmanam.com)
29. தமிழ் பிலிம் கிளப் (www.thamilfilmclub.com)
30. சித்தர்கோட்டை (www.chittarkottai.com)
31. புதினம் (www.puthinam.com)
32. பதிவுகள் (www.pathivukal.com)
33. சங்கதி (www.sankathi.com)
34. அதிர்வு (www.athirvu.com)
35. சுடரொளி (www.sudaroli.com)
36. யாழ் இணையம் (www.yarl.com)
37. பொய்கை (www.poikai.com)
38. சுவிஸ் முரசம் (www.swissmurasam.com)
39. கௌமாரம் (www.kaumaram.com)
40. ஈழநாதம் (www.eelanatham.com)
41. தினக்குரல் (www.thinakural.com)
42. ஒரு பேப்பர் (www.orupaper.com)
43. பரபரப்பு (www.paraparapu.com)
44. முழக்கம் (www.muzhakkam.com)
45. கனடாமுரசு (www.canadamurasu.com)
46. சுதந்திரன் (www.suthanthiran.com)
47. ஈழமுரசு (www.eelamurasu.com)

48. தமிழோவியம் (www.tamiloviam.com)
49. விடுதலை (www.viduthalai.com)
50. கணையாழி (www.kanaiyazhi.com)
51. லங்காசிறீ (www.lankasri.com)
52. தென்றல் (www.tamilonline.com/thendral)
53. சுரதா (www.suratha.com)
54. பதியம் (www.pathiyam.com)
55. சற்றுமுன் (www.satrumun.com)
56. கல்கி (www.kalkiweekly.com)
57. வணக்கம் மலேசியா (www.vanakkammalaysia.com)
58. அலைகள் (www.alaikal.com)
59. தென்செய்தி (www.thenseide.com)
60. நார்வே தமிழ் (www.norwaytamil.com)
61. ஈழதமிழ் (www.eelatamil.com)
62. நெருடல் (www.nerudal.com)
63. தமிழ்வின் (www.tamilwin.net)
64. விருபா (www.viruba.com)
65. அறுசுவை (www.arusuvai.com)
66. சோதிடபூமி (www.jothidaboomi.com)
67. மதுரைத்திட்டம் (www.projectmadurai.com)
68. குவியம் (www.kuviyam.com)
69. நாதம் (www.natham.com)
70. தமிழோவியம் (www.tamiloviam.com)
71. காலச்சுவடு (www.kalachuvadu.com)
72. உயிர்மை (www.uyirmmai.com)
73. அப்பால் தமிழ் (www.appal-tamil.com)
74. வார்ப்பு *(கவிதை இதழ்)* (www.vaarppu.com)

75. நெய்தல் (www.neithal.com)
76. கவிமலர் (www.kavimalar.com)
77. இளமை (www.ilamai.com)
78. தமிழ்வெப்துனியா (www.tamil.webdunia.com)
79. நிலாச்சாரல் (www.nilacharal.com)
80. தமிழம் (www.thamizham.net)
81. எழில் நிலா (www.ezhilnila.com)
82. வானவில் (www.vaanavil.com)
83. தமிழ்த்திணை (ஆய்வு இதழ்) (www.tamilthinai.com)
84. ஊடறு (www.oodaru.com)
85. திசைகள் (www.iniyathisaigal.com)
86. அம்பலம் (www.ambalam.com)
87. ஆறாம்திணை (www.araamthinai.com)
88. மரத்தடி (www.maraththadi.com)
89. முத்துக்கமலம் (www.muthukamalam.com)
90. வரலாறு (www.varalaru.com)
91. அமுதசுரபி (www.amudhasurabi.in)
92. அந்திமழை (www.andhimazhai.com)
93. முரசொலி (www.murasoli.in)
94. கீற்று (www.keetru.com)
95. தமிழகம்.காம் (www.thamizhagam.com)
96. கதைசொல்லி (http://kathaisolli.in/)
97. இந்நேரம் (www.inneram.com)
98. தமிழ் ஆஸ்திரேலியா (www.tamilaustralian.com)
99. எரிமலை (www.erimalai.com)
100. இன்தாம் www.intamm.com)
101. வரலாறு (www.varalaaru.com)

102. மொழி (www.mozhi.net)
103. செம்பருத்தி (www.semparuthi.org)
104. தமிழமுதம் (www.tamilamutham.com)
105. தாயகப்பறவைகள் (www.thayakaparavaikal.com)
106. தமிழ் இணையப்பல்கலைக்கழகம் (www.tamilvu.org)
107. சூரியன் (www.sooriyan.com)
108. திண்ணை (www.thinnai.com)
109. புதுச்சேரி (www.pudhucherry.com)
110. நக்கீரன் (www.nakkheeran.com)
111. பெரியார் (www.periyar.com)
112. தமிழ் அரங்கம் (www.tamilcircle.com)
113. தமிழ்வாணன் (www.tamilvanan.com)
114. திராவிடர் (www.dravidar.org)
115. உண்மை (www.unmaionline.com)
116. புதுவிசை (www.puthuvisai.com)
117. முத்தமிழ்மன்றம் (www.muthamilmantram.com)
118. தமிழகம்.நெட் (www.thamizhagam.net)
119. மங்கையர்மலர் (www.mangayarmalarmonthly.com)
120. பெரியார் பிஞ்சு (www.periyarpinju.com)

10 தமிழ் எழுத்துருக்கள்

உலகமொழிகள் அனைத்திற்கும் ஓர் ஒருங்கிணைந்த குறியீட்டு முறைதான் இருக்க வேண்டும் என்ற சிறந்த நோக்குடன் தரமான யூனிகோடு என்னும் எழுத்துரு அமைக்கப்பட்டு விட்டது. அதில் தமிழ் மொழிக்குத் தனி இடம் கிடைத்துள்ளது என்பது பெருமைக்குரிய ஒன்று.

உலகின் பழமொழிகள் இணையத்தில் இடம்பெற்று வந்தாலும் ஆங்கிலத்தை அடுத்து அதிகமாகப் பயன்படுத்தப்படும் மொழி என்னும் சிறப்பைப் பெற்றுள்ளது நம் தமிழ் மொழி.

யூனிகோடு முறையில் பதிவுசெய்யப்பட்டத் தகவல்களைத் தமிழிலேயே தேடவும், பெறவும், மின்னஞ்சல்களை அனுப்பவும் எளிதாக முடிகிறது.

மேலும் இதன் தரம் மிகப் பெரிய தொழில் நுட்ப நிறுவனங் களால் ஏற்றுக்கொள்ளப்பட்டுவிட்டதால் இணையத்தில் தமிழ் மொழிக்கு மிகச் சிறப்பான எதிர்காலம் இருக்கிறது என்பதில் எந்தச் சந்தேகமும் தேவையில்லை.

சில ஆண்டுகளுக்கு முன்பு வரை இணையத்தில் தமிழ் மொழியை எந்தக் குறியாக்கம் என்னும் என்கோடிங்கில் படிப்பது, எழுதுவது என்ற சிக்கல் நிலவியது. ஆனால் தற்போது ஒருங்குறி என்னும் யூனிகோடு முறை வந்துவிட்டதால் அந்தச் சிக்கல் முற்றிலுமாக நீங்கிவிட்டது.

அன்றைய நாட்களில் வலைப்பக்கங்களில் தமிழ்ப் பக்கங்கள் விதவிதமான குறியீடுகளுடன் காணப்படும். அவற்றைப் படித்துத் தெரிந்துகொள்ளத் தனி எழுத்துருவைத் தரவிறக்கிப் படிக்க வேண்டும்.

எழுத்துரு என்பது ஒவ்வொரு எழுத்தும் பல்வேறு புள்ளிகளைக் கொண்ட ஒரு ஓவியம் என்பதாகக் கணினியில் காட்சிப்படுத்தப்படுகிறது. ஒவ்வொரு எழுத்தும் அடிப்படை உருவம் மாறாமல் பல்வேறு வடிவத்தில் ஓவியங்களாக இருக்கும். அந்த ஓவியத்திற்கு ஒரு அடையாள இலக்கத்தை வைத்தே அதைக் கணினி புரிந்து கொள்கிறது இதனைக் குறியாக்க முறை (encoding) என்கிறோம்.

ஒரு கணினியில் இருந்து மற்றொரு கணினிக்குச் செல்லும் போது அதே குறியாக்கத்தில் இருந்தால் எழுத்துக்கள் சரியாகத் தெரியும். மாறாக வேறு குறியாக்கத்தில் இருந்தால் எழுத்துக்களை மாற்றிக் காட்டிவிடும்.

ஆரம்பக் காலங்களில் ஒரு தரப்படுத்தல் இல்லாததால் ஒவ்வொரு பதிப்பு நிறுவனமும் தங்களுக்கு ஏற்ற குறியாக்கத்தைப் பயன்படுத்தி வந்தன. பாமினி, அஞ்சல், கபிலன், கணியன், மயிலை போன்ற எழுத்துருக்கள் (font) தனித்தனி குறியாக்கத்தைக் (encoding) கொண்டிருந்தன.

ஒரே குறியாக்கத்தில் பல எழுத்துருவையும் உருவாக்கி ஒரு கணினியில் நிறுவி, பயன்படுத்தி வந்தனர். ஸ்ரீலிபி என்ற எழுத்துருக்களை மாடுலர் இன்ஃபோடெக் வெளியிட்டது,

சில பதிப்பகங்கள் தங்கள் அச்சுப் பணிகென்று எழுத்துருக் களைப் பிரத்யேகமாகத் தயாரித்துக் கொண்டன. அதனால் அவற்றின் பெயர்கூட அவ்வளவாக வெளியே தெரிவதில்லை.

ஒவ்வொரு இயங்குதளத்திற்கும் (OS) வெவ்வேறு குறுஞ்செயலிகள் இருப்பது போல வெவ்வேறு குறியாக்கத்திற்கு வெவ்வேறு எழுத்துருக்கள் இருந்தன.

இப்படி வெவ்வேறு குறியாக்கம் இருப்பதால் ஒரு லாபம் என்னவென்றால் ஒரு நிறுவனத்தில் தட்டச்சு செய்யப்பட்ட செய்தி மற்ற நிறுவனத்திற்குச் சென்றாலும் அதை அவர்களால் புரிந்து கொள்ளமுடியாது. ஆகவே தகவல் பாதுகாப்பிற்கு இது உதவியாக இருந்தது.

ஆனால் தொழிற்நுட்பம் வளரவளர அதிலும் சிக்கல் ஏற்பட்டது. ஓரிடத்தில் இருந்து செய்தியை அனுப்பும்போது அதனுடன் அதன் எழுத்துருவையும் இணைத்தே அனுப்ப வேண்டியிருந்தது.

பின்னர் 1988ஆம் ஆண்டு முதல் அனைவரும் பயன்படுத்தத் தக்க எழுத்துருவிற்குச் சீரான குறியாக்கம் உருவாக்கப்பட்டது. ஒரு எழுத்துரு எந்தக் குறியாக்கம் என்று அறியும் வகையில் TSC அல்லது TAM அல்லது TAB என்று பெயரிடப்பட்டன.

அதற்கிணையாக உலகளவில் அனைத்து மொழிகளுக்கும் ஏற்ப ஒருங்குறி (unicode) தகுதரம் அமைக்கப்பட்டு 1991ஆம் ஆண்டு தமிழ் அதில் அறிமுகமானது.

இன்றும் அதைப் பின்பற்றி தமிழ் எழுத்துக்கள் சீராக அமைக்கப்படுகிறது.

அதாவது ஒவ்வொரு எழுத்திற்கும் ஒரு எண் வழங்கப் பட்டது. அதன்படி அ என்றால் 2949 என்று வழங்கப்பட்டிருக் கும். எனவே எல்லாக் கணினியிலும் இப்படி ஒரே எண்களிருந் தால் எல்லா எழுத்துருவும் சீராகக் காட்சி தரும். இந்த எண்ணை அடிப்படையாகக் கொண்டே ஒருங்குறி எழுத்துருக்கள் பல அறிமுகமானது.

2004ஆம் ஆண்டு ரெட் ஹெட் நிறுவனம் லோஹித் என்ற பெயரில் தமிழ் உட்பட சில இந்திய மொழிகளின் எழுத்துருவை வெளியிட்டது.

2005ஆம் ஆண்டு மைக்ரோசாப்ட் லதா என்ற தமிழ் எழுத்துருவை அறிமுகம் செய்தது. ஒருங்குறியின் பரவலை அடுத்து தாரகை, அஞ்சல் எனப் பல தனிக் குறியாக்கத்தில் இருந்த எழுத்துருக்களும் ஒருங்குறியில் வெளியிடப்பட்டன.

இதுபோல உலக மொழிகள் எந்த எழுத்துருவைப் பயன்

படுத்தினாலும் கணினியைப் பொருத்தமட்டில் எழுத்துக்கள் எல்லாம் எண்கள் மட்டுமேயாகும். அது எந்த எண் என்பதை அவர்கள் பயன்படுத்தும் குறியாக்க முறையே முடிவு செய்யும்.

2000ஆம் ஆண்டு மார்ச் முதல் 2004ஆம் ஆண்டு மே மாதம் வரையிலான காலக்கட்டத்தில் விகடன் இணையதளம் தனது சொந்த எழுத்துருவில் வெளியிட்டு வந்தது. அதன் பிறகு 'டாம்' (TAM) எழுத்துருவைப் பயன்படுத்தியது. பின்னர் 2010ஆம் ஆண்டு ஜூலை முதல் ஒருங்குறி எழுத்துருவைப் பயன்படுத்தத் தொடங்கியது.

தினமலர் இணையதளத்தில் தொடக்கம் முதல் 'ஸ்ரீடேம்' (ShreeTam) எழுத்துருவைப் பயன்படுத்தி வந்தது. 2008ஆம் ஆண்டுக்குப் பிறகு படிப்படியாக ஒருங்குறி எழுத்துருவைப் பயன்படுத்தத் தொடங்கியது.

2004 முதல் 2006ஆம் ஆண்டு வரையிலான காலக்கட்டத்தில் அமுதம் என்ற எழுத்துருவைப் பயன்படுத்திய தினகரன், பின்னர் சில காலம் 'டேம்' (TAM) எழுத்துருவைப் பயன்படுத்தியது. பின்னர் 2009ஆம் ஆண்டு ஒருங்குறிக்கு மாறியது.

தினமணி 2004ஆம் ஆண்டில் இருந்து தனியான எழுத்துருவில் வெளிவந்தது. பின்னர் 2009ஆம் ஆண்டு ஏப்ரல் 14ஆம் தேதி முதல் ஒருங்குறிக்கு மாறியது.

இவ்வாறு ஊடகங்கள் பலவும் எழுத்துருவிற்கு மாறினாலும் சில ஊடகங்களின் உள்பயன்பாடு இன்னும் பழைய எழுத்துரு விலேயே உள்ளது. அவை வெளியிடும் பிடிஎப் கோப்புகளைப் பார்த்தால் இந்த எழுத்துருவை இன்றும் காணலாம்.

தமிழ்ப் பல்கலைக்கழக (www.tamiluniversity.ac.in) வெளியீடுகள் பெரும்பாலும் 'டேப்' (TAB) குறியீட்டில் உள்ளன.

தமிழ் வளர்ச்சித் துறையின் வெளியீடுகளில் (tamilvalarchithurai.org) வானவில் குறியீடுகளைக் காணலாம்.

அரசு ஆவணங்கள், பல்வேறு வார இதழ்கள் இன்றும் ஒருங்குறி இல்லாமலே வெளிவருகின்றன. அவை பிடிஎப் வடிவிலோ, இதர மென்பொருள் துணையுடன் இருப்பதால் அங்கு மட்டுமே வாசிக்க முடியும். நகலெடுத்துக் கொள்ள முடியாது.

இணையம் முழுக்க ஒருங்குறியே நிலைபெற்றுள்ளதால் ஒருங்குறியையே அனைவரும் பயன்படுத்தவேண்டும். இருப்பினும் அரசு அலுவல் உட்பட சில இடங்களில் ஒருங்குறி அல்லாத எழுத்துருக்கள் பயன்படுத்தப்பட்டே வருகின்றன. தகவல் பாதுகாப்பிற்காகவும், அறியாமையினாலும் இணையத்திற்கு அப்பால் அரசு அலுவல் உட்பட கணிசமான கணினித்தமிழ் பயன்பாடு வெவ்வேறு குறியாக்கத்தில் நடக்கும் போது அவற்றைச் சீராக ஒருங்குறிக்கு மாற்றிக் கொள்ளவும் இணையத்தில் ஓவன் என்ற புதிய குறியாக்க மாற்றி கருவியும் வெளிவந்துள்ளது.

கணினிப் பயன்பாட்டில் மைக்ரோசாப்ட், ஆப்பிள் போன்ற பிரபல நிறுவனங்கள் யூனிகோடு முறையினை ஏற்றுக் கொண்டுள்ளன.

மைக்ரோசாப்ட் நிறுவனம் யூனிகோடு பயன்பாட்டிற்கு 'லதா' என்ற எழுத்துருவைத் தருகிறது. தற்போது விண்டோஸ் 2000, விண்டோஸ் XP, விண்டோஸ் 2003, ஆப்பிள், புதிய மெக்கிண்டாஷ் கணினிகளில் யூனிகோடு முறை தடையின்றிப் பயன்படுத்த முடிகிறது. புதிய லினக்ஸ் தளத்திலும் யூனிகோடு பயன்பாடு உள்ளது.

முழுக்க முழுக்க யூனிகோடு அமைப்பில் இயங்கும் செயலிகள் நாளுக்கு நாள் அதிகரித்துக் கொண்டே இருக்கின்றன. மைக்ரோசாப்ட் ஆபீஸ், எக்ஸ்பி (XP), இன்டர்நெட் எக்ஸ்ப்ளோரர் (Internet Explorer), அவுட்லுக் எக்ஸ்பிரஸ், அடோப் இன்டிசைன் போன்ற செயலிகள் இவ்வரிசையில் அடங்கும்.

மேலும் இலவசத் தொகுப்பாக வழங்கப்படும் ஓபன் ஆபீஸ் டாட் ஓஆர்ஜி (Open Office.org), செயலிகளிலும் யூனிகோடு அமல்படுத்தப்பட்டுள்ளது. யூனிகோடு முறையைக் கம்ப்யூட்டர் நிறுவனங்கள் பெரிதும் வரவேற்கின்றன என்பதற்கு இதுவே சிறந்த எடுத்துக்காட்டு.

தமிழ் யூனிகோடு செயலிகள் மற்றும் எழுத்துருக்கள் இன்று இணையதளங்களில் இலவசமாகவே கிடைக்கின்றன. அவை என்னென்ன என்பதைப் பார்க்கலாம்.

1. சர்மாஸ் சொல்யூஷன்ஸ் மென்பொருள்.
2. அழகி தமிழ் மென்பொருள்.
3. எ.கலப்பை 2.0
4. முரசு அஞ்சல்
5. குறள் தமிழ் செயலி
6. புதுவை தமிழ் எழுதி.
7. புதுவை தமிழ் யுனிகோடு எழுத்துரு மாற்றி.

இந்தச் செயலிகள் தற்போது இலசவமாகவே வழங்கப் படுகின்றன.

எழுத்துருக்கள் :

1. யூனிகோடு இணைமதி
2. தமிழ் யூனிகோடு இளங்கோ பாரதி
3. கோட் 2001
4. தேனீ யூனிகோடு
5. தமிழ் யூனிகோடு ஆவரங்கால்
6. லதா யூனிகோடு எழுத்துரு
7. TSCuthamba – யூனிகோடு எழுத்துரு
8. சூரியன் . காம். ttf

இதுபோன்ற எழுத்துருக்களும் இலவசமாகவே கிடைக்கின் றன. இந்த யூனிகோடு முறையிலும் சிலபல குறைபாடுகள் உள்ளன. ஆயினும் அக்குறைபாடுகள் களையப்பட முயற்சிகள் மேற்கொள்ளப்பட்டு வருகின்றன.

11 கல்வித்துறையில் இணையப் பயன்பாடு

கற்பித்தல் என்பது ஒரு கலை. அது அனைவருக்கும் எளிதில் வந்துவிடுவதில்லை.

பாடங்கள் கடினமானதாக இருந்தாலும் அதை மாணவர்கள் எளிதில் புரிந்து கொள்ளத்தக்க வகையில் கற்றுத் தருவது என்பது ஆற்றல்மிக்க ஒரு ஆசிரியரால் மட்டுமே முடியும்.

படிக்காத, படிப்பு ஏறாத கடைசி பெஞ்ச் மாணவர்களைக் கூடப் படிப்பில் ஆர்வம் ஏற்படும் அளவிற்கு மாற்றிக்காட்டுவது என்பதுதான் ஆசிரியரின் வெற்றி.

ஆனால் அந்த அளவிற்குத் திறன்மிக்க ஆசிரியர்கள் அனைத்துப் பள்ளிகளுக்கும் கிடைத்து

விடுவதில்லை. கடினமான பாடத்தைக் கடினமானதாகவே கற்றுத்தரும் ஆசிரியர்கள் தான் ஏராளம்.

இணைய வழிக் கல்வியானது திறமையான ஆசிரியரைப் போன்று செயல்படுகிறது என்பதுதான் அதன் உன்னதச் சிறப்பு.

இணைய வழிக் கல்வி என்பது முதலில் திறமைமிக்க ஆசிரியர்களைக் கண்டறிகிறது. பின்னர் அவர்களிடம் பாடங்களுக்கான எளிமையான விளக்க உரைகளைப் பதிவு செய்து கல்வி சம்பந்தமான வீடியோக்களை உருவாக்குகிறது. அதற்காகத் தொடங்கப்பட்டுள்ள இணைய தளங்களில் அந்த வீடியோக்கள் பதிவேற்றம் செய்யப்படுகின்றன.

கல்வி இணைய தளங்கள் என்றாலும் கல்வி மட்டுமே அவற்றில் இடம்பெறுவதில்லை. பொதுஅறிவு, தொழில்நுட்பம், பொழுதுபோக்கு போன்ற அம்சங்கள் தாங்கிய வீடியோக்களும் இருக்கும்.

கணினியை ஒன்றிணைப்பது எப்படி? என்ற வீடியோவும் இடம்பெற்றிருக்கும்.

ஒளிப்படம் எடுப்பது எப்படி என்பது குறித்த வீடியோவும் பதிவேற்றம் செய்யப்பட்டிருக்கும்.

ஆப்களை செல்பேசியில் தரவிறக்கம் செய்வது எப்படி என்றும் கற்றுத்தரும்.

இப்படித்தான் ஒரு மாணவனை சகலவிதத்திலும் திருப்தி செய்து பயனடையச் செய்வதுதான் இணைய வழிக் கல்வி ஆகும்.

பாடங்கள் அனைத்தும் இணையத்தின் வழியாகத்தான் கற்றுத்தரப்படும். ஆனாலும் அந்த வீடியோக்கள் காட்சி செய்யப் பட்ட காலம், ஆசிரியருடனான நேரடித் தொடர்பு ஆகியவை சார்ந்து அது மூன்று வகையாகப் பிரிக்கப்படுகிறது.

முதல் வகையை எடுத்துக் கொண்டால் வீடியோவில் படிப்பது மட்டுமல்லாமல் அவ்வப்போது அந்த ஆசிரியரை நேரில் சந்திக்கவும் வாய்ப்பு காணப்படும்.

இரண்டாம் வகையில் வீடியோ நேரலையாக இருக்கும்.

இவ்விரண்டு வகையான கல்விதான் தற்போது இணையத்தில் பிரபலமாக இருக்கின்றன.

மூன்றாம் வகையில் வீடியோவில் படிப்பதோடு அவ்வப்

போது அந்த ஆசிரியரை நேரில் சந்தித்து சந்தேகங்களைக் கேட்க முடியும். இது ஹைபிரிட் கல்வி என்று அழைக்கப்படுகிறது. இந்த வகை கல்வியை மேலை நாடுகளில் பிரபலமான பல்கலைக் கழகங்கள் தற்போது பயன்படுத்தி வருகின்றன.

இந்த வீடியோக்கள் இணைய தளங்களில் இலவசமாகக் கிடைத்தாலும் சில வீடியோக்கள் மட்டும் ஆசிரியரின் திறனும், அதற்குக் கிடைக்கும் வரவேற்பையும் பொருத்து குறைந்த கட்டணம் வசூலிக்கப்படுகிறது.

ஆசிரியர்கள் பாடம் கற்றுத்தரும் முறை நன்றாக இருக்கிறதா என்பதை வீடியோக்களைப் பார்த்துத் தெரிந்து கொண்டு மாணவர்கள் கற்க முடியும். சில ஆசிரியர்கள் நடத்தும் முறை சில மாணவர்களுக்குப் பிடிக்கலாம். சிலருக்குப் பிடிக்காமல் போகலாம்.

எனவே இந்த வசதி இணைய வழிக் கல்வி முறையில் மட்டுமே காணக் கிடைக்கிறது.

பொதுவாகப் பாடங்கள் மூன்று மணி நேரம் வரை வீடியோவில் ஓடக் கூடியதாக இருக்கலாம். ஆனால் தொடர்ந்து மூன்று மணி நேரங்கள் படிப்பது என்பது நிச்சயமாக மாணவர்களுக்கு அலுப்புத்தட்டிவிடும்.

அவ்வாறு அலுப்புத்தட்டாமல் இருக்கும்விதமாக நன்கு திட்டமிடப்பட்டு வீடியோக்கள் வடிவமைக்கப்பட்டுள்ளன. அதாவது குறிப்பிட்ட பாடம் 10 அல்லது 20 பகுதிகளாகப் பிரிக்கப்படுகிறது. அதன் ஒவ்வொரு பகுதியும் குறைந்தபட்சம் 10 தலைப்புகளாகப் பிரிக்கப்பட்டு, ஒரு தலைப்புக்கு சுமார் 2 நிமிடங்கள் என்றும் வகுக்கப்படுகின்றன.

எனவே மாணவர்களுக்குப் போரடிக்காமல் இருப்பது உறுதி. அத்துடன் இணைய வழி வீடியோ என்பதால் வகுப்பறையைப் போல அல்லாமல் தொடர்ந்து ஆசிரியரின் முகத்தையே பார்த்துக் கொண்டிருக்க வேண்டியதில்லை. பாடத்திற்குத் தொடர்புடைய சில வீடியோக்களும் திரையில் தோன்றி மாணவர்களை உற்சாகப் படுத்தும். பாடம் கற்பது சுவாரஸ்யமானதாக அமைகிறது.

இணைய வழிக் கல்விதானே, தேர்வெல்லாம் இருக்காது, சும்மா ஜாலியாகப் பொழுதைப் போக்கிவிட்டு வரலாம் என்பது கிடையாது. அதிலும் தேர்வு உண்டு. ஆனால் அது உங்களை நீங்களே சுய மதிப்பீடு செய்வதாக இருக்கும்.

ஹைபிரிட் கல்வி

எனவே மன அழுத்தம் ஏதுமில்லாமல் சாதாரணமாக வீடியோ கேம் விளையாடுவதைப் போன்று விளையாட்டாகத் தேர்வு எழுதி நிறைவு பெறலாம்.

ஒவ்வொரு தலைப்பும் நிறைவடைந்ததும் ஒரு சிறிய தேர்வு இருக்கும். மிக எளிதானதாகவே இருக்கும். ஒரு நிமிட காலம் மட்டுமே தேர்வு எழுதுவதாகவும் அமைந்திருக்கும்.

ஒருவேளை கேள்விக்குத் தவறான விடையை அளித்து விட்டால், அந்தக் கேள்விக்கான சரியான விடை இருக்கும் வீடியோவின் பகுதிக்கு உங்களை அழைத்துச் செல்லும். அங்கு தேவையான ஊக்கத்தைத் தந்து மீண்டும் தேர்வுக்கு அழைத்துச் செல்லுகிற மாதிரியான வடிவமைப்பு உள்ளது.

ஒவ்வொரு தலைப்புக்கும் தேர்வு, பின்னர் ஒவ்வொரு பகுதிக்கும் தேர்வு, கடைசியில் பாடம் முழுமைக்கும் தனித் தேர்வு என்கிற வகையில் இது வடிவமைக்கப்பட்டுள்ளது.

ஒரு பள்ளியைச் சிறந்த பள்ளி என்று நாம் எதை அடிப்படையாக வைத்துத் தீர்மானிக்கிறோம் என்றால் அதன் தேர்ச்சி விகிதத்தை வைத்துத்தான்.

தேர்ச்சி விகிதம் 100 சதவீதம் என்றும், 99 சதவீதம் என்றும் மிகப் பெரிய அளவில் விளம்பரம் செய்வதுகூட இன்று வாடிக்கையாகி விட்டது.

அப்படித் தேர்ச்சி விகிதம் அதிகரிப்பதற்கு முக்கியக் காரண மாக இருப்பது ஆசிரியரின் கற்பிக்கும் திறன்தான். மாணவர் களுக்கு அலுப்புத் தட்டாமல், கற்கும் ஆர்வத்தை வளர்க்கும் விதமாகவும், எளிதில் புரியும்படியாகவும் விளக்கிப் பாடம் நடத்துவதுதான் ஆசிரியரின் முக்கியத் திறமையாக இருக்கிறது.

ஒரு சிறந்த பள்ளியைக் கண்டறிந்து அதைத் தேர்ந்தெடுத்து அங்கு சென்று படிக்கும் வாய்ப்பு மாணவர்களுக்கும், பெற்றோர் களுக்கும் இருக்கிறது. ஆனால் அந்தப் பள்ளியில் சிறந்த ஆசிரியரைத் தேர்ந்தெடுத்து அவரிடம் படிக்க வேண்டும் என்கிற வாய்ப்பு ஒரு மாணவனுக்குக் கிடைக்குமா என்றால் நிச்சயம் கிடையாது. சிறந்த பள்ளியாக இருந்தாலும் பாடம் நடத்துகிற ஆசிரியர் சுமாராக இருந்தால் நிச்சயமாக அந்த மாணவனால் சிறந்து விளங்க முடியாது.

ஆனால் இணைய வழிக் கல்வி முறையில் என்ன படிக்கலாம், எங்கு படிக்கலாம் என்பது மட்டுமல்லாமல் எந்த ஆசிரியரிடம் படிக்கலாம் என்பதையும் ஒரு மாணவனால் அல்லது பெற்றோரால் தீர்மானிக்க முடிகிறது. தேவைப்பட்டால் ஆசிரியரை மாற்றிக்கொள்ளவும் முடிகிறது.

இத்தகைய வசதி இணைய வழிக் கல்வியில் மட்டுமே சாத்தியம்.

தொழில்நுட்ப வளர்ச்சியை அனைவரும் ஏற்றுக்கொண்டே ஆக வேண்டும் என்பது காலத்தின் கட்டாயம்.

அதிலும் கணினி மற்றும் இணையப் பயன்பாட்டை ஓரம் தள்ளிவிட்டு இன்னும் குருகுலக் கல்விதான் சிறந்தது என்று சொல்லிக் கொண்டிருந்தால் அது வறட்டுப் பிடிவாதம்.

அதனால்தான் கல்வி நிறுவனங்கள் அனைத்துமே இன்று கம்ப்யூட்டரையும், இணையத்தையும் பயன்படுத்த ஆரம்பித்து விட்டன. தொடக்கப்பள்ளி முதல் உயர் கல்விக்கூடங்கள் வரை அனைத்துக் கல்வி நிலையங்களிலும் இவற்றின் ஆதிக்கம் பெருகிக் கொண்டே இருக்கிறது.

1996ஆம் ஆண்டிலேயே கற்றல் மற்றும் கற்பித்தலில் இணையம் ஊடுருவி வளர்ந்துவிட்டதாகக் கூறுகிறார் கோலின்ஸ் என்ற அறிஞர்.

அது வேகவேகமாக வளர்ந்து இன்று இணையம் இல்லாமல் கல்வி கற்பது என்பது முடியாத ஒன்று என்ற நிலைமையை எட்டிவிட்டது.

ஆகவேதான், இணையத்தைப் பயன்படுத்தி கற்றல் மற்றும் கற்பித்தலை வழிநடத்துவதற்கு உலகம் முழுவதிலும் உள்ள எல்லாக் கல்வி நிறுவனங்களும், தனியார், தன்னார்வ நிறுவனங்களும் முண்டியடித்துக்கொண்டு முயற்சிகளை முன்னெடுக்கின்றன.

தமிழ் மொழியை இணையம் வழியாகக் கற்கவும், கற்பிக்க வும் தற்போது ஆர்வம் மிகுந்து வருகிறது. ஆப்கள் என்னும் செயலிகள், மென்பொருட்கள், வலைத்தளங்கள், மின் இதழ்கள், ஒலி, ஒளி அமைப்புகள் போன்ற பலவற்றின் மூலமாக தமிழ் மொழிக் கற்பித்தல் நடைபெற்று வருகின்றன.

இணைய வழித் தமிழ் கற்றல், கேட்டல், பேச்சு, வாசிப்பு, எழுத்து முதலான அடிப்படைப் படிப்பு முதல் ஆராய்ச்சிப் படிப்பு வரை இணையத்தில் படிக்கமுடியும் என்னும் சூழல் உருவாகிக் கொண்டிருக்கிறது.

தமிழ்மொழியைக் கற்றல், கற்பித்தலுக்குப் பயன்படும் பல இணையதளங்கள் உள்ளன. தமிழை முதல்மொழியாகக் கற்பதற்கு

ஒரு தளம், இரண்டாம் மொழியாகக் கற்பதற்கு இன்னொரு தளம் என்று வந்தாகிவிட்டது.

மட்டுமல்லாமல், ஆங்கிலத்தின் வழியாகத் தமிழ் கற்றல், மலாய் மொழி வழியாகத் தமிழ் கற்றல் என உலகத்தின் பெருமொழிகள் பலவற்றின் வழியாகவும் தமிழைக் கற்பதற்குரிய சூழல்கள் உருவாகியுள்ளன.

முறையாகத் தயாரிக்கப்பட்ட கலைத்திட்டங்கள், பாடங்கள் ஆகியவற்றை இணையத்திலேயே படிப்பதன் வழியாகத் தமிழ்மொழியைக் கற்றுக்கொள்ள முடியும்.

தமிழ் இணையப் பல்கலைக்கழகம் தமிழ்மொழிக் கற்றலுக்கு மிகச்சிறந்த முன்னோடியாகத் திகழ்கிறது. அதுபோல, உலகின் பல நாடுகளில் செயல்படும் தமிழ்க் கல்விக் கழகங்கள் அல்லது கல்விக் கழகத் தமிழ் இருக்கைகள் இணையம் மூலமாகத் தமிழ்க் கல்வியை நடாத்தி வருகின்றன.

தமிழ்நாடு, இலங்கை, மலேசியா, சிங்கப்பூர் முதலான நாடுகளில் அரசாங்கத்தின் பார்வையில் தமிழ் மொழி கல்வி முறையாகப் பயிற்றுவிக்கப்படுகிறது. அதற்காகத் தனியான கலைத்திட்டமும் பாடநூல்களும் பயன்படுத்தப்படுகின்றன.

கனடா, ஆஸ்திரேலியா, அமெரிக்கா போன்ற பிற நாடுகளில் தமிழ் மொழிக் கல்வி தனியார் நிறுவனங்கள் வழியாகவும் தன்னார்வ அடிப்படையிலும் கற்பிக்கப்படுகின்றன.

அங்கு பயன்படும் கலைத்திட்டமும் பாடநூல்களும் இணையத்தில் ஏற்றப்பட்டு பகிர்ந்து கொள்ளப்படுகின்றன. இந்தப் பகிர்தலின் வழியாகத் தமிழ் மொழி கற்றல் மற்றும் கற்பித்தலில் அறிவார்ந்த மாற்றங்களும் புதிய வளர்ச்சிகளும் ஏற்பட வாய்ப்புகள் நிரம்ப உள்ளன.

பொதுவாக ஒரு மொழியைக் கற்பிக்க சில உத்திகளை மனதில் தெளிவாக்கிக் கொள்ள வேண்டும். அவை என்னென்ன உத்திகள் என்பதைப் பார்க்கலாம்.

1. திட்டமிடுதல்
2. ஆர்வமூட்டல்
3. ஆலோசனை வழங்குதல்
4. மதிப்பிடுதல்

5. ஊக்குவித்தல்

6. ஒழுங்கினை ஏற்படுத்துதல்

7. வினாவுதல்

நவீனத் தொழில்நுட்ப வசதிகளுக்கேற்ப இத்தகைய உத்திகளைக் கொண்டு கல்வி முறையில் தரப்படுத்துதலும், புதுமையும் புகுத்தப்படுகிறது.

சிங்கப்பூர், மலேசியா, இந்தியா, ஸ்ரீலங்கா போன்ற நாடுகளில் தமிழ் கற்பிப்பது சற்று எளிதான செயலே. இன்றைய சூழலுக்கு ஏற்ற வகையில் எழுத்துக்களை ஆசிரியர் கற்றுத் தருவது போலவே வலைத்தளமும் அளிக்கிறது.

எழுதும் முறை, கதைகள், பாடல்கள், பயிற்சித் தாள்கள் என மூன்று மொழிகளில் அமைக்கப்பட்டுள்ளன. பயிற்சித்தாள் இல்லா வகுப்பறையும், விளையாட்டு முறைக் கல்வியற்ற வகுப்பறையும் பயனற்றது என்பார்கள்.

இன்றைய சமுதாயத்திற்குப் பயிற்சித்தாளுடன் கூடிய தமிழ்க் கல்விமுறை மாணவர்களின் படைப்பாற்றல் திறனை வளர்க்கும். தமிழ் மொழிக் கல்வியினை இணையம் வழி வெளிக்கொணர்தல் சாலச் சிறந்தது என்பதே உண்மை.

இணையம் வழியாகத் தமிழ் மொழியைக் கற்றல் கற்பித்தல் நடைபெறுவதால் என்னென்ன நன்மைகள் விளைகின்றன?

பார்க்கலாம்.

மாணவர்கள் பாடங்களை எளிதாகப் புரிந்துகொள்ள முடிகிறது. வெவ்வேறு ஆற்றலும் விருப்பமும் கொண்ட மாணவர் கள் தாங்கள் விரும்பும் வகையில் கற்பதற்கு வாய்ப்புள்ளது.

ஒலி, ஒளி, கிராபிக்ஸ், வீடியோ, எழுத்து, இருவழித் தொடர்பு (interactive) என்று பலதரப்பட்ட வகையான சூழல் இணையத்தில் இருப்பதால் கற்பது எளிதாக அமைகிறது.

மாணவர்கள் தனியாகக் கற்பதற்குரிய வாய்ப்புகள் இதில் நிரம்ப உள்ளது. அத்துடன் மாணவர்களின் கற்றல் திறன் மற்றும் தன்னம்பிக்கையும் வளர்கிறது.

சவால் நிறைந்த கற்றல் சூழலை உருவாக்கிக் கொடுக்கிறது இணைய வழிக் கல்வி. அத்துடன் மனமகிழ்ச்சியோடு கற்பதையும் உறுதிப்படுத்துகிறது.

மாணவர்களிடையே ஆய்வுச் சிந்தனை வளத்தை வளர்த்துக் கொள்ள மிகவும் உதவுகிறது.

கற்பதற்குக் குறிப்பிட்ட காலம், இடம், சூழல் என்று எந்த விதமான கட்டுப்பாடும் இதில் இல்லை.

அரிய தகவல்களை விரைவாகவும், விரிவாகவும் கற்றுத் தேற முடிகிறது.

விலைமதிப்பற்றத் தகவல்களை நொடிப் பொழுதில் எளிதாகவும், குறைந்த செலவிலும் கற்பதற்குரிய வாய்ப்பை இணைய வழிக் கல்வி முறை வழங்குகிறது.

படிக்கிறபோது எழுகின்ற சந்தேகங்களுக்கான தீர்வுகளைப் பலமுனைகளில் இருந்தும் உடனடியாகப் பெற்றுக்கொள்ள முடிகிறது.

உலகின் எந்தப் பகுதியில் இருந்தாலும் ஒருவரோடு ஒருவர் தொடர்பு கொண்டு, உரையாடி, விளக்கங்கள் பெற்று செழுமை பெற வழிவகை செய்கிறது.

தகவல்களைத் திரட்டவும், சேமிக்கவும், தேவையற்ற விவரங்களை நீக்கவும், விரும்பியபடி மாற்றங்கள் செய்யவும் இதில் வசதிகள் உள்ளன.

தமிழில் கற்பது மற்றும் கற்பிப்பது போன்றவை புதுமையாக வும், எளிமையாகவும் இந்த இணைய வழிக் கல்வியில் இருப்பது மொழியின் வளர்ச்சிக்குப் பெரிதும் உதவும் என்பதில் எந்தச் சந்தேகமும் இல்லை.

உலகில் முதன்முதலில் எழுத்துரு வடிவம் பெற்றது சுமேரிய மொழி என்போர் உண்டு. ஆனால் எழுத்துரு அடைந்த மொழி தமிழ் என்கிறார் ஆரிய குலத்தைச் சேர்ந்த ராகுல சாங்கிருத்தியாயன் என்பவர். அவர் தமது 'வால்காவில் இருந்து கங்கை வரை' என்ற நூலில் இவ்வாறு கூறியுள்ளார்.

எனவே உலக மொழிகள் பலவற்றில் வகைப்படுத்தப் பட்டுள்ள மொழிக் குடும்பங்கள் அனைத்திற்கும் வேர்ச்சொல்லை வழங்கியது தமிழ் மொழியே என்கிற அறிஞர்களின் வாக்கு இங்கே குறிப்பிடத்தக்கது.

12 கணினித் தமிழ்

கணினி என்னும் கம்ப்யூட்டரைப் பயன்படுத்தி உலகம் முழுவதும் தமிழ் மொழியைப் பரவச் செய்வதற்கான மொழியியல் ஆய்வுகள் மேற்கொள்ளப்பட்டு வருகின்றன.

தமிழ் மொழியியலின் மூலம் ஏராளமான மென்பொருள்கள் உருவாக்கப்பட்டு வருகின்றன. அதாவது தரவுகளைச் (Data) சேகரித்து அதன்மூலம் மொழி பெயர்ப்பு செய்யவும், இலக்கணத்தை உட்புகுத்தி எழுத்து, சொல், பொருள், வாக்கியம் போன்றவற்றைக் கண்டறி வதற்கும் கணினித் தமிழ் ஆய்வுகள் நடந்து வருகின்றன.

கணினியைப் பயன்படுத்தித் தொன்மைக்கால ஆவணங் களை பாதுகாக்கும் முயற்சிகள் மேற்கொள்ளப்பட்டு வருகின்றன.

சொற்கள் பிழைதிருத்தி, வாக்கிய அமைப்பு பிழைதிருத்தி, இலக்கணப் பிழைதிருத்தி போன்ற மென்பொருள்கள் வெளி வந்துள்ளன.

எந்தவொரு மொழியில் குறைவான எழுத்துக்கள் உள்ளதோ அந்த மொழி கணினியில் முதலிடத்தைப் பெறுகின்றன. ஆங்கில மொழிதான் உலகிலேயே கணினியில் முதலிடத்தை வகிக்கிறது. ஆங்கிலத்தில் சிறிய எழுத்துக்கள் 26, பெரிய எழுத்துக்கள் 26.

அடுத்து நம் தமிழ்மொழியைச் சொல்லலாம். தமிழில் 71 எழுத்துக்கள் மட்டுமே கணினிக்குத் தேவைப்படுகிறது.

கணினி பயன்பாட்டிற்கு தமிழ் எழுத்தான உயிர் எழுத்து கள் 12, மெய் எழுத்துகள் 18, ஆய்த எழுத்து ஒன்று. அத்துடன் 0 முதல் 9 முடிய மொத்த எண்கள் 10, எழுத்துக்கள் குறியீடு 30 ஆக மொத்தம் 71 எழுத்துக்கள் மட்டுமே தேவைப் படுகிறது. இதை கணினியில் உட்புகுத்தி ஆங்கிலத்தைவிட தமிழ் முன்னோடியாகத் திகழ்வதற்கும் தமிழ் கணினிப் பயன்பாட்டிற்கு மொழியியலை ஆய்வு செய்வதற்கும் முயற்சி செய்து கன்னித் தமிழை வளர்த்தெடுப்பதற்கு ஒரு பெரும் மைல் கல்லாக அமையும்.

வலைப்பதிவுகளில் தகவல்களை ஆங்கில மொழியிலேயே வழங்கும் முறைதான் முன்பு இருந்தது. பின்னர் நம் தமிழர்களின் கடின முயற்சியால் தமிழில் தகவல்களைப் பெறும் வசதி கிடைத்தது.

தொடக்கத்தில் இந்த எளிய முறைய அறிமுகப்படுத்த 'தமிழ் பிளாக்ஸ்பாட் டாட் காம்' (http:/tamilblogspot.com) என்ற இணையதளம் மிகப்பெரிய அடித்தளமாக அமைந்தது.

தமிழ்மணம் என்னும் தளம் நல்ல திரட்டியாகச் செயல் பட்டது. தொடர்ந்து தமிழ் கணிமை, மாற்று சங்கமம், தமிழீழத் திரட்டி போன்றவை பல பதிவுகளைத் தமிழ் கூறும் நல்லுலகிற் குத் தந்தன.

திரட்டிகள் என்பது உலகம் முழுவதும் எழுதப்படும் வலைப்பதிவுகளைத் திரட்டித் தரும் நோக்கம் உடையவை.

வலைப்பதிவுகளால் தமிழ் மொழியின் வளர்ச்சி உலகம் அறியச்செய்யும் வகையில் அமைந்துள்ளது.

தமிழ் மொழியிலோ அல்லது வேற்று மொழிகளில் தட்டச்சு செய்து தமிழில் தானாகவே மொழி மாற்றியோ அனுப்பும் வசதி இன்று வந்துவிட்டது. எனவே முகநூல், வாட்ஸ்அப், ட்விட்டர் போன்ற வலைத்தளங்களின் மூலம் தங்களின் எண்ணங்களைப் பதிவிட்டுப் பலரையும் வாசிக்கச் செய்ய முடிகிறது. அவர்களின் விமர்சனத்தையும் வாங்கிக் கொள்ள முடிகிறது.

அறிமுகமில்லாத நபர்கள் கூட ஒரு மொழியைப் பற்றியும் அதன் சிறப்புகளைப் பற்றியும் அறிந்துகொள்ள இத்தகைய சமூக வலைத்தளங்கள் உதவுகின்றன.

தமிழ்மொழி மீதான ஈடுபாடு, ஆர்வம் காரணமாகவும், கணினியில் தமிழ்ப் பயன்பாட்டை அதிகமாக விரும்புவோரும் மட்டுமே தமிழைக் கருத்துப் பரிமாற்றத்துக்கும், தகவல் பரிமாற்றத் துக்கும் பயன்படுத்துகின்றனர்.

ஆனால் நிறைய பேர் கணினி மற்றும் செல்பேசிகளில் தமிழில் தட்டச்சு செய்வது எப்படி என்பது தெரியவில்லை. அதைத் தெரிந்து கொள்ளும் ஆர்வமும் அவர்களுக்கு இல்லை. எனவே தமிழ் வார்த்தைகளை ஆங்கிலத்தில் தட்டச்சு செய்து தகவல்களைப் பரிமாறிக் கொள்கிறார்கள்.

தமிழில் தட்டச்சு செய்து சமூகவலைத்தளங்களில் பதிவிடுவோரிடம், 'எவ்வாறு தமிழில் தட்டச்சு செய்ய முடிகிறது?' என்று ஆச்சரியமாகக் கேட்பார்கள்.

ஆனாலும் வெகுசிலர் மட்டுமே தமிழில் தட்டச்சு செய்ய முயற்சி மேற்கொள்கிறார்கள். அப்படியே தமிழிலேயே தட்டச்சு செய்தும் கருத்துக்களைப் பரிமாற்றம் செய்கிறார்கள்.

இது நிச்சயம் மகிழ்ச்சிக்குரிய ஒன்றே.

ஆனாலும் அனைவருமே இவ்வாறு தமிழில் தட்டச்சு செய்வதுதான் தமிழுக்குப் பெருமை சேர்க்கும். அத்துடன் இணையத்தில் தமிழின் வளர்ச்சியைச் செம்மைப்படுத்தும்.

தமிழ் எழுத்துக்கள் என்றால் மொத்தம் 247 என்பதுதான் நாம் அறிந்தது. ஆனால் அத்தனை எழுத்துக்களையும் நினைவில் வைத்துக்கொள்ள இளைஞர்கள் பலரும் சிரமப்படுகிறார்கள் என்பதே உண்மை.

ஆனால் கணினித் தமிழில் 31 எழுத்துக்கள் மட்டுமே உள்ளன என்பதுதான் வியப்புத் தரும் உண்மை.. ஆக 31 எழுத்துக்கள் மட்டுமே தெரிந்தால் போதும். மீதமுள்ள 216 எழுத்துக்கள், உயிர்மெய் எழுத்துக்களான கூட்டெழுத்துக்கள். உயிரெழுத்தும், மெய்யெழுத்தும் விசைப்பலகையில் அழுத்தும் போது தானாக உயிர்மெய் எழுத்தாக மாறிவிடுகிறது.

மேலும், ஏட்டுக் கல்விபோல் அகரவரிசையில் எழுத்துக்களின் அமைப்பு இருப்பதால் கணினித் தமிழில் அதிக அளவு நினைவாற்றல், பயிற்சி, முயற்சி தேவை கிடையாது.

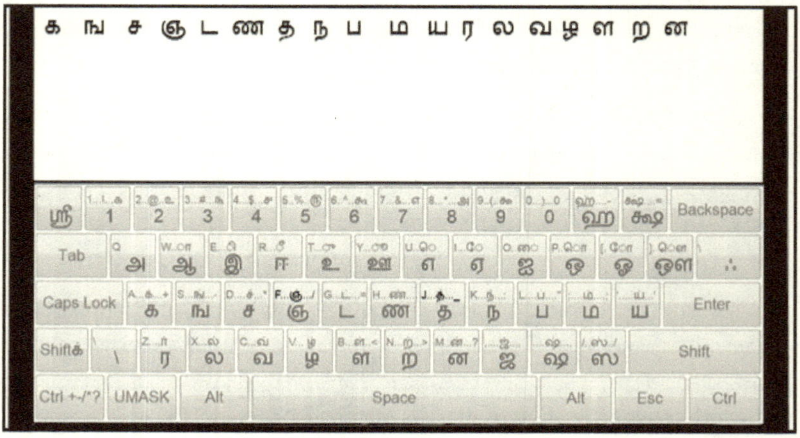

கணினியில் தமிழைப் பயன்படுத்துவதற்கு மிகக் குறைவான எழுத்துக்கள்தான் இருக்கின்றன என்ற உண்மை தெரிந்தாலே பலரும் கட்டாயம் கணினித் தமிழ் கற்க முன் வருவார்கள்.

தமிழ் எழுத்துக்கள் அகரவரிசையில் அமைந்த முதல் விசைப்பலகை. அகர வரிசையில் இருப்பதால் தமிழ் மொழியை விரைவாக, எளிதாகக் கற்க, கற்பிக்க, தட்டச்சு செய்ய முடியும்.

உயிரெழுத்துகள், மெய்யெழுத்துகள் தனித்தனியே இருப்பதால் உயிர்மெய் எழுத்துகளைக் குழப்பமில்லாமல் எளிதாகப் பெறலாம்.

கணினித் தமிழ் எழுத்துப் பலகையின் மூலம் நேரடியாகவும், இணையத்தின் மூலமாகவும் தமிழ் மொழியை கணினியின் மூலமாக மிக எளிதாகக் கற்கலாம். கற்பிக்கலாம் தட்டச்சும் செய்யலாம்.

தமிழ் இலக்கணம், பழங்கால இலக்கியம் தொடங்கி தற்கால இலக்கியம் வரை, கதை, கவிதை, கட்டுரை என்று தமிழ் இலக்கியங்கள் அனைத்தும் இணையத்தில் விரவிக் கிடக்கின்றன.

தமிழ் மின் நூலகங்களில் பல ஆண்டுகளுக்கு முன் அச்சில் ஏற்றப்பட்ட நூல்களும் கூடக் கிடைக்கின்றன. அது மட்டுமல் லாது, தற்காலத்தில் எழுத்தாளர்கள் மற்றும் கவிஞர்களால் அவர்தம் படைப்புகளை மின் நூலாக வெளியிட்டு அவற்றைப் பிறருடன் பகிர்ந்து கொள்ள நல்லதொரு வாய்ப்பும் இணையம் மூலம் கிட்டுகிறது.

தேசிய நூலக வாரியத்தின் அனைத்து நூலகங்களிலும் தமிழ் நூல்களைத் தேடுபவர்கள் நூலின் பெயரையோ எழுத்தாளரின் பெயரையோ அங்குள்ள கணினிகளில் ஆங்கிலத்தில் தட்டச்சு செய்துதான் தேட வேண்டும்.

மொழி மாறுபாடு காரணமாக அவ்வாறான தேடுதல்களுக் குக் கிடைக்கும் பதில்கள் நூறு சதவீதம் சரியாக இருப்பதில்லை. மேலும் தட்டச்சு செய்யப்படும் பெயர்கள் கணினித் திரையில் ஆங்கிலத்திலேயே தான் தோன்றும்.

இப்போது அந்தப் பிரச்சனைக்குத் தீர்வு காணப்பட்டு உள்ளது. முரசு அஞ்சல் மென் பொருளைக் கொண்டு உருவாக்கப் பட்டிருக்கும் தேடுதல் இயந்திரத்தின் வழி தமிழிலேயே தட்டச்சு செய்து நூலைத் தேடும் வசதியைத் தேசிய நூலக வாரியம் அறிமுகம் செய்துள்ளது.

அப்படியானால் தமிழில் தட்டச்சு செய்யத் தெரிந்திருக்க வேண்டுமே என்று யாரும் அஞ்சத் தேவையில்லை. ஏனென்றால் பயனர்களுக்கு தமிழில் தட்டச்சு செய்யத் தெரிந்திருக்க வேண்டிய அவசியம் இல்லை.

தேடுதல் இயந்திரத்தில் தமிழ் என மொழித் தேர்வை செய்ய வேண்டும். அதன்பிறகு நூலின் பெயரையோ நூலாசிரியரின் பெயரையோ ஆங்கிலத்தில் தட்டச்சு செய்யும்போது திரையில் தமிழிலேயே நூல்களின் பெயர்கள் காட்சியளிக்கும்.

இது ஒரு மிக நல்ல முயற்சி.

எனவே இணையத்தில் தமிழ் மொழியின் வளர்ச்சியைச் சாதாரணமாக நினைத்து அலட்சியமாக இருப்பது கூடாது.

இணையம் என்பது ஓர் அற்புதமான இணைப்பு.

உலகம் முழுவதும் உலா வரும் ஓர் ஒப்பற்ற அமைப்பு.

நாம் விரும்புகிற, நமக்குத் தேவைப்படுகிற தகவல்களை, நூல்களை, கட்டுரைகளை சொடுக்கிய உடனேயே வெளிக் கொண்டு வரும் அற்புதமான தொழில்நுட்பம்.

நூல்களைச் சேகரித்து வைப்பதற்கும், படித்துப் பயன்பெறு வதற்கும் மட்டுமல்லாமல் நமது படைப்பைப் பதிவு செய்யவும், கருத்துக்களைப் பரிமாறிக் கொள்ளவும் பயன்படும் உன்னத மானது இணையம்.

இணையத்தைத் தனிமனிதனோ அல்லது குழுவோ கட்டுப் படுத்துவதில்லை. என்றாலும் இணையத்தை வழிநடத்த வல்லுநர் களைக் கொண்டு இணையக் கழகம் என்ற ஒன்று நிறுவப் பட்டுள்ளது.

இணையத் தளங்களைத் தொடங்குவதற்கு முகவரியைப் பதிவு செய்துகொள்ள வேண்டும். வலைப் பக்கங்களை உருவாக்க வேண்டும். விரும்புவோர் அணுகும்போது பரிமாற 'சர்வர்' வேண்டும்.

இப்படி எல்லா நிலைகளிலும் பணம் தேவைப்படுகிறது.

ஆனால் வலைப்பூவில் இந்தச் சிக்கல்கள் கிடையாது. இது முற்றிலும் இலவசம். நீங்கள் உங்கள் பெயரில் இலவச மின்னஞ்சலை உருவாக்கிக் கொள்வதைப் போல உங்களுக்கென வலைப்பூவை உருவாக்கிக் கொள்ளலாம். வலைப்பூவின் வரை

விலக்கணங்களில் ஒன்று அது தனிமனிதனுக்குச் சொந்தமான இணையதளம் ஆகும்.

மின் நூல்கள் இன்றைய தொழில் நுட்ப உலகில் மிகவும் புகழ்பெற்று முக்கிய இடத்தை வகிக்கிறது.

நாம் அன்றாடம் பயன்படுத்தும் அச்சுப் புத்தகங்களில் இருந்து விலகி மின் புத்தகப் பயன்பாட்டுக்குப் பலரும் மாறி வந்து கொண்டிருக்கிறார்கள்.

இணைய வசதியைப் பெற்று ஓர் ஆய்வுக்குத் தேவையான தகவல்களையும், மின் புத்தகங்களையும், மின் இதழ்களையும், இணையத்தில் பெறும் அளவிற்கு அதிநவீன தொழில்நுட்பம் இன்று வந்துவிட்டது.

தமிழ் மொழியில் இன்று பரவலாக இருக்கும் நூல்கள் மற்றும் அச்சிடப்படும் நூல்கள் அன்னத்துமே மின் நூலாக மாறி வருவது மகிழ்ச்சிக்குரிய ஒன்று.

தமிழில் ஆய்வு செய்யும் ஆராய்ச்சியாளர்களில் சிலர் சில குழுக்களாகச் சேர்ந்து தங்கள் ஆய்வேடுகளை மின் நூலாக உருவாக்கியும் வருகின்றனர்.

மின் நூல்களை ஒரு கட்டமைப்பாக வைப்பதற்காக மின்நூலகங்கள் உருவாக்கப்பட்டுள்ளன. அதன் மூலமாகப் பல

மின் நூல்கள் வெளியிடப்பட்டு வருகின்றன. அவ்வாறு வெளியிடப்படும் நூல்களைக் கணினியில் ஒலி, ஒளி வடிவில் படிப்பது போலவும் வடிவமைக்கப்பட்டுள்ளன.

இணையப்பரப்பில் முக்கியமாகக் கருதப்படுவது இணைய இதழ்கள் ஆகும். இணையத்தில் மட்டுமே இடம்பெறும் இதழ்களைத்தான் இணைய இதழ்கள் என்கின்றனர்.

பொதுவாக செய்திகளையும், பொழுது போக்குகளையும் பரப்பும் இதழியல் பணியை இணையம் என்னும் ஊடகத்தின் வழியாக நிகழ்த்தப்படுவதால் இணைய இதழியல் என்கிறோம்.

அதிக வாசகர்களைக் கொண்ட அச்சுப் பிரதியாக வெளியாகும் பல நாளிதழ்கள், வார இதழ்கள், மாத இதழ்கள் எனப்பலவும் இணையத்தில் வெளியாகிக் கொண்டிருக்கின்றன.

இன்றைய காலக்கட்டத்தில் அன்றாடம் பயன்படுத்தி வரும் நாளிதழ்கள் அனைத்தும் இணையத்தில் பதிவேற்றி இணைய வழியாகவும் பிரதி வழியாகவும் வெளியாகிக் கொண்டிருக்கின்றன.

ஆனால் அச்சுப் பிரதிகளைப்போல இல்லாமல் இணைய இதழ்கள் பலவற்றில் அவற்றைப் பற்றிய எந்த விவரமும் இல்லை என்பது ஏமாற்றத்தைத் தருகிறது.

ஆசிரியர் பெயர், முகவரி, நடத்துபவர், ஆசிரியர் குழுவினர், தொடங்கிய ஆண்டு உள்ளிட்ட அடிப்படைத் தகவல்களை ஒவ்வோர் இணைய இதழும் குறிப்பிட்டிருந்தால் அது இன்னும் நம்பகத்தன்மை உடையதாக மாறும்.

அச்சு இதழுக்கு குறைந்தபட்ச விதிகளும், நெறிமுறைகளும் உள்ளன. கட்டுப்பாடுகள் உள்ளன. ஆனால் இணைய இதழ்களுக்கு அவ்வாறான தனிச்சட்டங்கள் எதுவும் ஏற்படுத்தப் படவில்லை.

அச்சிதழ்களின் வாசகர்கள் எண்ணிக்கை 90 சதவீதம் என்றால் இணைய இதழ்களின் வாசகர்கள் எண்ணிக்கை 85 சதவீதம் என்ற அளவில் உள்ளது.

இன்றைய காலக்கட்டத்தில் அச்சில் வெளியிடும் நூல்களை விட இணையத்தில் வெளியாகும் நூல்களே அதிகமாக இருக்கின்றன. அவை, மின் நூல்களாகவும், மின் இதழ்களாகவும், வெளியாகின்றன்.

இந்நூல்களைப் படிப்பதற்கு மென்பொருள்களும், வன்பொருள்களும் உருவாக்கப்பட்டுள்ளன. இம்முறை பயன்படுத்துவதால் எந்தவித அழிவுகளும் ஏற்படுவதில்லை என்பது கூடுதல் தகவல்.

மின்னணுச் சாதனங்கள் மூலமாகப் பல நூல்களையும், தரவுகளையும் ஆவணப்படுத்துவதில் முக்கிய பங்கு கொண்டவையாகவும் விளங்குகின்றன.

இனி வரும் காலங்களில் அச்சுவழிச் சாதனங்களைத் தவிர்த்து விட்டு மின் சாதனங்கள் மற்றும் மின்னணுச் சாதனங்களைப் பயன்படுத்தும் முறைக்குப் பலரும் மாறிவிடுவார்கள் என்பதே நிதர்சனமான உண்மை.

நான்கு சுவர்களுக்குள் அமைந்துள்ள நூல்களைத் தேடித் தேடிக் கண்டுபிடித்து படிக்கும் தற்போதைய நூலகங்களைக் காட்டிலும், இணைய நூலகங்கள் அதிகரித்துவிடும் என்பதும் தற்போதைய அசுர வளர்ச்சியில் இருந்து உணரமுடிகிறது.

ஆயினும் அச்சுப் பிரதிகள் காலாகாலமும் அழியாமல் நிலையானதாக இருக்கும். அதேபோன்ற நம்பகத்தன்மை இணைய இதழ்களும் பெற்றால் மட்டுமே அதுவும் நிரந்தரமாக நிலை பெற்றிருக்கும்.

13 வாசிப்பில் சான்றோர்கள்

வாசிப்புப் பழக்கம் ஒவ்வொருவருக்கும் அவசியம் தேவை.

வாசிப்பை நேசித்தால் மட்டுமே, அறிவு நம்மை நேசிக்கும்.

அறிவை நேசித்தால் மட்டுமே நாடும் வீடும் நலம் பெறும்

நாடு நலமாய் இருந்தால்தான் நம் வழிமுறைகளும் நலமாக இருக்கும்.

இதுதான் வாசிப்பின் அடிப்படைச் சித்தாந்தம்.

அதனால்தான் நமது பெரியோர்கள் வாசிப்பிற்கும், அந்தப் பழக்கத்திற்கு உதவுவதற்காக நூலகத்திற்கும் நிறைய முக்கியத்துவம் அளித்துள்ளனர்.

'ஒரு கோடி ரூபாய் கிடைத்தால் என்ன செய்வீர்கள்?" என்று மகாத்மா காந்தியிடம் ஒருமுறை கேள்வி ஒன்று கேட்கப்பட்டது.

அதற்கு அவர், 'ஒரு நூலகம் கட்டுவேன்' என்றார்.

நூலகத்தின் மகிமையை அண்ணல் காந்தியடிகள் எந்த அளவிற்கு உணர்ந்துள்ளார் என்பதை நாம் புரிந்துகொள்ள வேண்டும்.

தோரேவின் 'சட்ட மறுப்பு' நூல்தான் காந்தி அடிகளுக்குப் புதிய போராட்டத்திற்கான வியூகத்தை அமைத்துத் தந்தது. மற்றவர்கள் பொழுது போக்கிற்காகவும், மன மகிழ்ச்சிக்காகவும் படித்தபோது, பின்பற்றுவதற்காகப் படித்தவர் காந்தி மகான்.!

'நல்ல புத்தகங்களைத் தேடிப் படிக்காத ஒருவன், படிக்கவே தெரியாதவனைவிட உயர்ந்தவன் கிடையாது' என்கிறார் பண்டித ஜவஹர்லால் நேரு.

அதாவது நல்ல புத்தகங்களை வாசிக்காத கல்வியாளன் முட்டாளைவிடவும் மோசமானவன் என்கிற உண்மையை இதன் மூலம் உணர்ந்துகொள்ள வேண்டும்.

'நான் மறைந்தபின் என் உடல் மீது மலர் மாலைகளை வைக்கவேண்டாம்; என் மடி மீது புத்தகங்களைப் பரப்புங்கள்' என்று கேட்டுக் கொண்டவர் பண்டித ஜவஹர்லால் நேரு.. இதன் மூலம் புத்தகங்கள் மீதான அவரின் நேசித்தலைப் புரிந்து கொள்ள முடியும்.

'வால்கா முதல் கங்கை வரை' வாசித்தேன். அது என் வாழ்க்கைப் பாதையையே மாற்றிவிட்டது' என்கிறார் பிரபல பொருளாதார மேதை அமர்த்தியா சென்.

ஒரு புத்தகம்தான் அமர்த்தியா சென்னை மிகப் பெரிய பொருளாதார மேதையாக்கி, உலகிற்கே நல்வழி காட்டச் செய்தது என்பது எத்தனை ஆச்சரிய உண்மை!

'ஒரு நூலகம் திறக்கப்படும்போது நூறு சிறைச்சாலைகள் மூடப்படுகின்றன' என்று அறிஞர் விக்டர் ஹியுகோ கூறியுள்ளார்.

ஆக, புத்தகங்களைப் படிப்பதன்மூலம் அறிவும், ஒழுக்கமும் வளர்ந்து குற்றச்செயல்கள் குறைந்து போகின்றன என்பதைத்தான் இந்த அறிஞர் நமக்கு உணர்த்துகிறார்.

எகிப்திய மண்ணில் என்றோ வாழ்ந்து மறைந்த அறிவார்ந்த மன்னர் 'பாரோ' நிறைய புத்தகங்களைப் படிப்பதில் ஆர்வம்

உடையவராக இருந்தார். அவர் நேசித்து வாசித்த புத்தகங்கள் அடுக்கி வைக்கப்பட்ட இடத்தை 'மன மருத்துவ நிலையம்' என்று பெயர் சூட்டி மகிழ்ந்தார் என்பது வரலாற்று உண்மை.

திப்புசுல்தான், திருமணப் பரிசாக தனக்கு ஒரு நூலகம் வேண்டும் என்று அவரது தந்தையிடம் கேட்டார். அதில், உலகின் பிறமொழி நூல்கள் அனைத்தையும் மொழிபெயர்த்துக் கொண்டு வந்து சேர்க்க வேண்டும் என்றும் ஆசைப்பட்டார்.

அரசியல், விவசாயம், மதம், தத்துவம், ராக்கெட் தொழில் நுட்பம் என்று அறிவு வெளிச்சம் பரவச் செய்த பெருமை திப்புவிற்கு உண்டு. அதாவது சூரியனுக்கு கீழே உள்ள அத்துணை பொருள்கள் பற்றிய நூல்களும் திப்புவின் ஆசைக்கேற்ப அவரது நூலகத்தில் இடம்பெற்றன என்பது குறிப்பிடத்தக்கது.

மைசூர் முழுவதும் பல கிளை நூலகங்களை அமைத்தார். அந்த நூலகங்களில் உலகெங்குமுள்ள புத்தகக் கடைகளில் இருந்து அரிய நூல்களை வரவழைத்து வாசிப்புத் தீனி போட்டார் திப்புசுல்தான்.

ஒடுக்கப்பட்டவர்களின் புனிதநூலாகக் கருதப்படும் மூலதனத்தை காரல் மார்க்ஸ் எழுதி முடிக்க 17 ஆண்டுகள்

ஆகின. அதற்காக லண்டன் மியூசியத்தின் நூலகத்தில் ஒவ்வொரு நாளும் 16 மணி நேரம் பல்வேறு தத்துவங்களையும், பொருளாதாரச் சித்தாந்தங்களையும் ஆய்வு செய்து, அவர் வடித்துத் தந்ததுதான் 'மூலதனம்'!

'ரஷ்ய நாட்டின் புரட்சித் தலைவர் லெனினிடம் வாசிப்பு ஆர்வம் இல்லாது போயிருந்தால், நாம் இன்று அறிந்துள்ள லெனின் இவ்வாறு வெளித்தோன்றியிருக்க முடியாது' என்று லெனினின் மனைவி க்ரூப்ஸ்க்காயா கூறியுள்ளார்.

லெனின் தமது பெரும்பாலான நேரத்தை நூல் நிலையங்களில் செலவிட்டார். சமாராவில், பீட்டர்ஸ்பெர்க்கில், ஜெனிவாவில், மாஸ்கோவில், லண்டனில், சைபீரியச் சிறையில்

திப்புசுல்தான்

என்று எங்கு அவர் வாழ நேர்ந்தபோதும் புத்தகங்களைப் படிப்பதை மட்டும் கைவிடவே இல்லை.

மாஸ்கோவிலுள்ள லெனின் நூலகம் உலகின் மிகப் பெரிய நூலகம் என்ற சிறப்புடையது. அந்நூலகத்தில் ஒரு கோடியே நாற்பது லட்சம் நூல்கள், நூற்று ஐம்பது மொழிகளில் உள்ளன.

சட்டமேதை அம்பேத்கர் நூலகத்திற்குச் சென்றால் நேரம் போவது தெரியாமல் படித்துக் கொண்டே இருப்பாராம். மற்றவர்கள் எல்லாரும் சென்றபின் கடைசியாக நூலகப் பணியாளர் நூலகத்தை மூட வேண்டும் என்று கூறிய பின்னர்தான் நூலகத்தை விட்டு வெளியே வருவாராம்.

'காஞ்சிபுரத்தில் இருந்து, முதுகலைப் பட்டதாரியான ஓர் இளைஞர், சென்னை நோக்கிச் சென்றார்; முடிவில் தமிழகத்தின் முதல்வராகத் திரும்பினார்' என்று பலரும் பேரறிஞர் அண்ணாவைப் புகழ்ந்து பாராட்டுவார்கள்.

சென்னை கன்னிமாரா நூலகத்தில் உள்ள அனைத்து நூல்களையும் படித்தவர் அறிஞர் அண்ணா. நூலகம் திறக்கும் போது உள்ளே நுழைந்து, இரவு நூலகம் மூடும்போதுதான் வெளியே வருவாராம்.

அமெரிக்க மருத்துவமனையில் அறுவைச் சிகிச்சைக்காக அனுமதிக்கப்பட்டபோது, அவர் அரிதான நூல் ஒன்றைப் படித்துக் கொண்டிருந்தார். அந்த நூல் முழுவதையும் படித்து முடிக்க வேண்டும் என்பதற்காகவே அறுவை சிகிச்சையை ஒரு நாள் ஒத்திவைக்கும்படி மருத்துவர்களிடம் வேண்டுகோள் விடுத்தார்.

வாசிப்பின் மேல் வைத்திருந்த அவரின் ஆழமான நேசிப்பை இது உணர்த்துகிறது.

வீட்டிற்கு ஓர் புத்தகச்சாலை சிறிய அளவிலாவது அமைக்க வேண்டும். அறிவே ஆயுதமாகிவிட்ட இன்னாளில் வீட்டிற்கு ஓர் புத்தகச்சாலை அமைக்கப்பட வேண்டியது அவசியம்" என்று உலக மக்களுக்கு உணர்த்திச் சென்றவர் பேரறிஞர் அண்ணா.

'நல்ல நல்ல கருத்துக்களை,ஆக்கப்பூர்வமான கருத்துக்களை, பகுத்தறிவுக் கருத்துகளை அடுத்த தலைமுறைக்குச் சிந்தனையைக் கூட்டக்கூடிய, சமத்துவச் சிந்தனையை ஊட்டக் கூடிய விதத்தில் அமைந்த புத்தகங்களுடன் கூடிய, ஒரு நூலகம் உருவாக்கப்பட வேண்டும்' என்றும் பேரறிஞர் அண்ணா குறிப்பிட்டுள்ளார்.

புனிதமுற்று மக்கள் புது வாழ்வு வேண்டில்

புத்தக சாலை வேண்டும் நாட்டில் யாண்டும்

என்ற பாடல் வரிகள் மூலம் புரட்சிக் கவிஞர் பாரதிதாசன் நூலகங்களின் தேவையை செம்மையாக வலியுறுத்தியுள்ளார்.

'அறியாமையைவிட மிகப் பெரிய நோய் இந்த உலகத்தில் வேறு கிடையாது' என்றார் அறிஞர் இங்கர்சால்.

'புத்தகங்கள் மருந்து போன்றது; மூடத்தனம் என்கிற நோயை முற்றாக விரட்டும் மூலிகை மருந்து அது' என்கிறது சீனப் பழமொழி.

'கல்வி என்பது மனித ஆன்மாவை மிகச் சிறந்த நிலைக்கு அழைத்துச் செல்கிறது. மனிதர்கள் தங்களுக்குத் தாங்களே மகிழ்ச்சியாக இருக்கவும், மற்றவர்களுக்குச் சேவை செய்யும் மனப் பான்மையினை ஏற்படுத்தவும், வாழ்நாள் முழுவதும் நூல்களைப் படிப்பது அவசியமாகிறது' என்கிறார் ஜான் ரஸ்கின் என்ற அறிஞர்.

அறிஞர் ரஸ்கின், 'புத்தகங்களைப் போன்ற சிறந்த கருவூலம் வேறு எதுவும் மனிதனுக்கு இருக்கவே முடியாது' என்கிறார் அறிஞர் ரஸ்கின்.

அடிமைகளின் சூரியன் எனப் போற்றப்பட்டவர் ஆபிரகாம் லிங்கன் புத்தகங்கள் படித்தே அவர் உயரிய நிலையை அடைந்தார். அவர் ஒரு தச்சுத் தொழிலாளியின் மகனாகப் பிறந்தார். தனது தீவிரப் படிப்பினால் தேசம் புகழத் திகழ்ந்தார்! அத்தனைக்கும் முக்கியக் காரணம் படிப்பு.. படிப்பு..

'ஜார்ஜ் வாஷிங்டன் வரலாறு' என்னும் நூலை இரவல் வாங்கிப் படித்தார். எதிர்காலத்தில் அமெரிக்காவின் குடியரசுத் தலைவராக வர வேண்டும் என்ற உயர்ந்த சிந்தனையை அவருக்கு உருவாக்கியது அந்த நூல். அந்தச் சிந்தனை, அவரை அமெரிக்காவின் குடியரசுத் தலைவராகவும் உயர்த்தியது.

இது வரலாற்று உண்மை.

இந்தியாவின் குடியரசுத் தலைவராக விளங்கிய டாக்டர் இராதாகிருஷ்ணன், ரஷ்யத் தலைநகர் மாஸ்கோ நகருக்குச் சென்ற பொழுது, தங்கும் விடுதியில் தனக்கு இரண்டு அறைகள் ஒதுக்க வேண்டும் என்று கூறினார். முதலில் அதிகாரிகளுக்கு ஒன்றும் புரியவில்லை. இருந்தாலும் அவர் கேட்டுக்கொண்டபடி இரண்டு

அறைகள் ஒதுக்கப்பட்டன. அவர் அங்கு சென்ற பின்னர்தான் புரிந்தது. அவர் தங்குவதற்கு ஓர் அறை; படிப்பதற்காக எடுத்துச் சென்ற புத்தகங்களை வைப்பதற்கு ஓர் அறை என்னும் உண்மை.

'கண்டதைக் கற்பவன் பண்டிதன் ஆவான்' என்பது நம் மூதாதையர்களின் பழமொழி.

'காலம் என்னும் ஆழ்கடலில் நீந்துகிறவனுக்கு அறிவு என்னும் துறைமுகத்தை அடையக் கலங்கரை விளக்காக அமைந்துள்ளவை சிறந்த நூல்களே' என்றார் ரவீந்திரநாத் தாகூர்.

'மேக்னடிசம்' (Magnetism) என்னும் நூலைத் தனது ஒன்பதாவது வயதில் கற்றுக்கொண்டதுதான் ஆல்பர்ட் ஐன்ஸ்டீன் வாழ்க்கையின் முதல் அதிசயம் என்பார்கள்.

ஐன்ஸ்டீனின் தந்தை அவருக்கு ஒரு காம்பஸைத் தரும் வரை நகரும் ஒரு பொருளை நகர்த்துவது வேறொரு கண்ணுக்குத் தெரியாத சக்தி என்றுதான் நினைத்திருந்தாராம். அவரது பன்னிரெண்டாவது வயதில் அவரது ஆசிரியர் புத்தகம் ஒன்றைக் கொடுத்தாராம். அந்தப் புத்தகம் மேக்ஸ் டால்முட் (Max Talmud) எழுதிய 'யூடிட்டேடியன் பிளேய்ன் ஜியாமெட்ரி' (Euclidean Plain Geometry) என்பதாகும்.

அந்தப் புத்தகத்தை 'ஹோலி ஜியாமெட்ரி புக்' (Holy Geometry Book) என்றே ஐன்ஸ்டீன் கூறுவார். அந்தப் புத்தகத்தைப் படித்ததுதான் ஐன்ஸ்டீன் வாழ்வில் நிகழ்ந்த இரண்டாவது அதிசயம் என்கிறார்கள்.

மிகப் பெரிய ஆய்வுக்கூடம் கிடையாது. உபகரணங்கள் எதுவும் இல்லை. ஆனாலும் தனது ஆழ் மனத்தின் எண்ண சக்தியைக் கொண்டே உலகளாவிய உண்மையைக் கண்டுணர்ந்தார் ஐன்ஸ்டீன். உண்மையான அர்த்தத்தை நோக்கி அதனுடன் கலந்துவிட்டார்.

கணிதத்தின் கடினமான விடை தெரியாத புதிர்கள் தான் ஐன்ஸ்டீனின் வாழ்க்கையில் மகிழ்ச்சியைக் கொடுத்தது. அத்தனை சாதனைகளையும் அவர் சாதிப்பதற்கு அவருக்கு உறுதுணையாக இருந்தது புத்தகங்கள் மட்டுமே.

தலை சிறந்த கணித மேதை ஸ்ரீநிவாச இராமானுஜம். அவருக்கு இயற்கையாகவே கணித்தில் அபாரத் திறமை இருந்தது. வாய்க்கப்பெற்றிருந்தார். அவரது 13வது வயதில் எஸ்.எல். லோனே (S.L. Loney) எழுதிய 'அட்வான்ஸ்டு திரிக்னோமெட்ரி' (Ad-

இராமானுஜம்

vanced Trigonometry) என்ற புத்தகத்தை முழுவதுமாகப் படித்து முடித்தார். அதன் தூண்டுதலால் தேற்றங்களும், அல்காரிதங்களும் அவராகவே படைத்தார்.

பள்ளியில் யாருக்கும் இல்லாத வகையில் கணிதத்தில் தனித்துவம் பெற்று விளங்கினார். கணிதத்தை தவிர அனைத்துப் பாடங்களிலும் அவர் தோல்வியடைந்தது குறிப்பிடத்தக்கது. ஆனால் கணித வாழ்வில், உலக மேதையாகி வெற்றிகளைக் குவித்தார்.

'உன்னிடம் எதையும் எதிர்பார்க்காமல் தன்னை முழுமையாக உனக்கு அளிக்கும் நண்பனே புத்தகங்கள்' என்கிறார் அமெரிக்க கவிஞர் லாங்ஃபெலோ.

'சிறந்த நூல்களே மிகச்சிறந்த ஆசிரியர். நாளும் பொழுதும் என்னோடு நாவாடிக் கொண்டிருக்கிற என்னை எப்போதும் வீழ்த்திடாத நண்பர்கள் புத்தகங்களே' என்கிறார் கவிஞர் ராபர்ட் கதே.

வாசிப்பு ஒருவனை எப்போதும் தயாராக இருப்பவனாக உருவாக்குகிறது' என்கிறார் பிரான்சிஸ் பேகன் என்ற பேரறிஞர்.

எதிரி படையெடுப்பின்போது நூல்களை மதித்துப் பாதுகாத்த மன்னர்கள் வரிசையில் அலெக்சாண்டர், பாபர் ஆகியோர் முதன்மையானவர்கள்.

அக்பர் எழுதப் படிக்கத் தெரியாதவர். ஆனாலும் தமது அரண்மனை நூலகத்தில் ஏராளமான நூல்களைச் சேகரித்து வைத்திருந்தார். நல்ல நூல்களை வாசிக்கச் சொல்லிக் கேட்டார்.

'காட்டுமிராண்டித்தனமான நாடுகளைத் தவிர மற்ற எல்லா நாடுகளும் புத்தகங்களினால் ஆளப்படுகின்றன' என்றார் பேகன்.

எட்டையபுரம் மகாராஜாவுடன் சென்னை சென்ற சுப்பரமணிய பாரதியார், 'செல்லம்மா! வரும்போது உனக்குத்

கவிஞர் சுரதா

தேவையான பொருட்கள் வாங்கி வருகிறேன்' என்று மனைவியிடம் சொல்லிச் சென்றார். ஆனால் மகாராஜா கொடுத்த பணத்தில் மூட்டை மூட்டையாய் புத்தகங்கள் வாங்கி வந்து விட்டார். கோபமாய்ப் பார்த்த மனைவியிடம், 'செல்லம்மா! அழியும் பொருளைக் கொடுத்து அழியாத செல்வத்தைக் கொண்டு வந்துள்ளேன்' என்று கூறி சமாதானம் செய்தாராம்.

ஒருமுறை ஆங்கில நாடக நூலாசிரியர் பெர்னாட்ஷா பேசும்போது, 'புத்தகங்களை இரவலாக வாங்கிச் செல்வோரில் சிலர் திருப்பித் தருவதே இல்லை. என்னிடம் பெரிய நூலகமே உள்ளது. அதில் உள்ள புத்தகங்களில் பெரும்பாலானவை அப்படி வந்தவையே' என்றார்.

பொன் அள்ளித் தந்தாலும் தருவேனே அன்றி புத்தகத்தை நான் இரவல் தரவே மாட்டேன்! கன்னியரைப் போலவே புத்தகத்தை இரவல் தந்தால் கசங்காமல் வீடுவந்து சேர்வதில்லை' என்றார் கவிஞர் சுரதா.

மண்புழுக்கள் மண்ணை வளமாக்கும்.

புத்தகப் புழுக்கள் மனதை வளமாக்கும்.

இது யாரோ சொன்னது.

இவ்வாறு சான்றோர்கள் நூல்களுக்கும், நூலகங்களுக்கும் முக்கியத்துவம் அளித்துள்ளனர்.

நம்மை ஏமாற்றாத, ஒரு சிறந்த நண்பன் புத்தகம் மட்டுமே!.

நல்ல புத்தகங்களைப் படிப்பதால் அறிவு வளரும்! உயர்ந்த சிந்தனைகள் பிறக்கும்!

எண்ணங்கள் நேர் பெறும்!

நமது ஆற்றல் பெருகும்!

திறமைகள் மிளிரும்!

உற்சாகம் ஊற்றெடுக்கும்!

சோர்வு அகலும்!

மனம் நிறைவு பெறும்!

நல்ல முடிவுகள் எடுக்க புத்தகம் துணைபுரியும்!

வாழ்க்கை மேம்படும்!

முன்னேற வழித் துலங்கும்!

மகிழ்ச்சி உச்சம்பெறும்!

நூலகம் என்பது பல துறை அறிஞர்கள் 'வாழும் இடம்'!

நூல் நிலையம் ஓர் 'அறிவுக் களஞ்சியம்'!

நூலகங்கள் அறிவுத் தேடலை நிறைவு செய்கின்றன. வாசிப்பும், வாசிப்பின் வழியே உருவாகிற சிந்தனையும் நம்மைப் பொதுவான நிலையில் இருந்து விடுவித்து சிறப்பானதொரு மேம்பாட்டிற்கு அழைத்துச் செல்கின்றன.

வீரம் விளைவது போர்க்களத்தில்!

ஆனால், ஈர இதயங்கள் பூப்பது புத்தகத்தில்!

இதுவே சத்தியவாக்கு.

ஒரு நாட்டின் வளமை, அதன் இயற்கைச் செழிப்பால், அதன் மூலதனத்தால், அதன் நிலப்பரப்பால் சாத்தியமாகும் என்பது முன்னோர்கள் கருத்து.

ஆனால், அண்மைக் காலத்தில் அது மாறிவிட்டது.

'அறிவு ஒன்று இருந்தால் போதுமானது; வெற்றி வந்து சேரும்'

21ஆம் நூற்றாண்டின் கோட்பாடு இப்படி மாறிவிட்டது.

www.ingramcontent.com/pod-product-compliance
Lightning Source LLC
LaVergne TN
LVHW100555051026
849519LV00003B/972
* 9 7 8 9 3 8 7 6 5 5 5 8 4 *